પવિત્રતા, ધૈર્ય અને ખંત બધાં વિઘ્નોને જીતી લે છે. બધાં મહાન કાર્યોની પ્રગતિ જરૂર ધીમી હોવાની. પૈસાથી કંઈ વળતું નથી, નામથી પણ નહિ, યશથી પણ નહિ, વિદ્યાથી પણ નહિ, માત્ર પ્રેમથી લાભ થાય છે; માત્ર ચારિત્ર્ય જ મુશ્કેલીઓની વજ્ર જેવી દીવાલો તોડીને તેમાંથી માર્ગ કાઢે છે.

# ધ્યાનયોગ

સ્વામી વિવેકાનંદ

ડાયમંડ બુક્સ

www.diamondbooks.in

પ્રકાશક : ડાયમંડ પૉકેટ બુક્સ (પ્રા.) લિ.
X-30, ઓખલા ઇંડસ્ટ્રિયલ એરિયા, ફેઝ-II,
નવી દિલ્હી-110020
ફોન : 011- 40712200
ઈ-મેઈલ : wecare@diamondbooks.in
વેબસાઈટ : www.diamondbooks.in
સંસ્કરણ : 2025
મુદ્રક : રેપરો (ઇન્ડિયા)

---

**Dhyanyog (Gujarati)**
*By : Swami Vivekanand*

# પ્રકાશકીય

સ્વામી વિવેકાનંદનું સાહિત્ય ના માત્ર ભારત માટે, બલ્કે પૂરા વિશ્વ માટે એક અમૂલ્ય ધરોહર છે. એમના વિચારો અને લેખને પેઢીઓને પ્રેરિત કરી છે અને આજે પણ પ્રાસંગિક છે.

વિવેકાનંદે વેદાંત દર્શનને સરળ અને સુલભ ભાષામાં પ્રસ્તુત કર્યું. તેમણે ''રાજયોગ'', ''જ્ઞાનયોગ'', ''ભક્તિયોગ'' અને ''કર્મયોગ'' જેવા ગ્રંથોના માધ્યમથી ભારતીય દર્શનને પશ્ચિમી દુનિયા સુધી પહોચાડ્યું.

વિવેકાનંદના સાહિત્યમાં રાષ્ટ્રવાદ અને સમાજ સુધારના વિચાર મુખ્ય છે. તેમણે યુવાઓને દેશના વિકાસમાં યોગદાન આપવા માટે પ્રેરિત કર્યા. તેમણે જાતિવાદ, છુઆછૂત અને અન્ય સામાજિક દૂષણો વિરુદ્ધ અવાજ ઊઠાવ્યો.

વિવેકાનંદ શિક્ષણને એક મહત્ત્વપૂર્ણ ઉપકરણ માનતા હતા. તેમણે ચરિત્ર નિર્માણ પર ભાર આપ્યો અને યુવાઓને નૈતિક મૂલ્યો અપનાવવા માટે પ્રોત્સાહિત કર્યા.

વિવેકાનંદના સાહિત્યનો પ્રભાવ ના માત્ર ભારતમાં, બલ્કે વિદેશોમાં પણ થયો. તેમના વિચારોએ કેટલાય વિચારકો, લેખકો અને રાજનેતાઓને પ્રભાવિત કર્યા છે.

વિવેકાનંદના વિચાર આજે પણ પ્રાસંગિક છે. તેમના સાહિત્યથી આપણને જીવનના ઉદ્દેશ્ય, સમાજ પ્રતિ આપણી જવાબદારી અને આત્મ-સાક્ષાત્કારના મહત્ત્વ વિશે મહત્ત્વપૂર્ણ પાઠ ભણવા મળે છે.

**નરેન્દ્ર કુમાર વર્મા**
nk@dpb.in

# અનુક્રમણિકા

તમે પવિત્ર આત્મા છો; ઊઠો, જાગ્રત થાઓ; ઓ મહાનુભાવો
આ નિંદ્રા તમને છાજતી નથી. જાગો અને ઊભા થાઓ.

**- સ્વામી વિવેકાનંદ**

# સ્વામી વિવેકાનંદ : એક ઝાંખી

'નરેન, તને સૂતી વખતે કંઈ પ્રકાશ દેખાય છે ?'

'હા, જી.' નરેન્દ્રે આશ્ચર્યપૂર્ણ અવાજે કહ્યું.

શ્રીરામકૃષ્ણદેવ સાથેના શરૂઆતના મેળાપો દરમિયાન નરેન્દ્રને ગુરુદેવે આ પ્રશ્ન પૂછ્યો અને નરેન્દ્રના ઉત્તર પરથી ગુરુદેવને તેના પૂર્વજન્મની ઉચ્ચ આધ્યાત્મિક પ્રકૃતિ તથા ભવિષ્યના સ્વામી વિવેકાનંદની મહત્તાની આગાહીનું સૂચન મળ્યું હતું. એમનાં અંતિમ વર્ષોમાં સ્વામી વિવેકાનંદે પોતે જ આ અસામાન્ય ઈશ્વર પ્રદત્ત પ્રતિભા વિષે કહેલું : 'દરરોજ રાત્રે સૂતી વખતે હું મારી આંખો બંધ કરું કે તરત જ બે ભવાં વચ્ચે એક અદ્‌ભુત પ્રકાશ પ્રગટ થતો અને એ પ્રકાશનાં અવનવાં રંગપરિવર્તન હું ધ્યાનપૂર્વક નિહાળતો. આ અદ્‌ભુત પ્રકાશના રૂપરંગ બદલાતા રહેતા; છેવટે એ મોટા વર્તુળાકાર પ્રકાશપુંજમાં પરિણમતા. ફરીથી એ જ પ્રકાશપુંજ વિભિન્ન મોજાંઓમાં ફેલાઈ જતો, અને આ મોજાં મારા સમસ્ત શરીરની આજુબાજુ છવાઈને સફેદ પ્રકાશના પ્રવાહમાં મને ઢાંકી દેતાં. એવી અંતર્મુખ સ્થિતિમાં જ ધ્યાન ધરતાં ધરતાં હું ઊંઘી જતો. આ અનુભવ મને રોજનો થઈ પડ્યો. પથારીમાં પડું અને તંદ્રામાં આવું કે તરત જ પેલો પ્રકાશ દેખાતો. આવી વસ્તુનો સૌને અનુભવ થતો હશે એવું ધારીને મેં મૌન સેવ્યું. આગળ ઉપર ધ્યાનના અભ્યાસમાં બેસવાનું શરૂ કર્યું ત્યારે મારી આંખો બંધ કરતો અને તરત જ પ્રકાશપુંજ જોતો તથા તે જ મારું ધ્યાનનું કેન્દ્ર બનતું.'

સ્વામી વિવેકાનંદની જીવનકથા એ અદ્‌ભુત લીલા સમાન છે. તેઓ હતા આદર્શ યોગી અને સંન્યાસી; આચાર્ય, ગુરુ અને નેતા; સંત અને તપસ્વી; કર્મયોગી અને ફિલસૂફ; તેઓ સર્વોચ્ચ ભક્તિસંપન્ન હોવા છતાં સર્વોચ્ચ જ્ઞાન એક સાથે ધરાવતા હતા; તેઓ સેવાપ્રિય માનવતાવાદી, સંગીતજ્ઞ, વ્યાયામવીર અને સર્વશ્રેષ્ઠ વક્તા હતા. દરેકને સ્વામી વિવેકાનંદમાં 'સંપૂર્ણ માનવ'નું દર્શન થાય. તેમના ગુરુદેવ શ્રીરામકૃષ્ણદેવ કહેતા : 'નરેન્દ્ર મોટો આધાર (એક મહાન આત્મા) છે. ધ્યાનસિદ્ધ છે. એ હંમેશા જ્ઞાનરૂપી ખડગથી માયાના આવરણના ચીરેચીરા કરી નાખે છે. મહામાયા કદીયે તેને નિયમનમાં નહિ લાવી શકે.'

નરેન્દ્ર સાથે પ્રથમ મિલન થયું તેના અગાઉથી જ આ અનન્ય શિષ્ય વિષે ગુરુદેવને એક અલૌકિક ઝાંખી થઈ હતી; સ્વામી વિવેકાનંદ અચલ નગાધિરાજ સમાન પ્રગાઢ

સમાધિ અવસ્થામાં લીન એક પ્રાચીન ઋષિ હતા. સહજ સમાધિભાવમાં સિદ્ધ થઈ ચૂકેલા ગુરુદેવ શ્રીરામકૃષ્ણે એ દિવ્યાત્માને સમાધિમાંથી જાગ્રત કર્યા અને વિશ્વમાં જ્યાં જ્યાં અજ્ઞાન અને સંકીર્ણતા હોય, તેનો વિનાશ કરવા તથા અખંડ આધ્યાત્મિક-દિવ્ય જ્યોત સર્વત્ર પ્રકટાવવા ગુરુદેવે આ મહાન અને દિવ્ય આત્માને પ્રેરણા આપી.

પોતાના અન્ય શિષ્યો સમક્ષ શ્રીરામકૃષ્ણદેવે નરેન્દ્ર વિશે કહેલું : 'એક દિવસ મેં જોયું કે મારું ચિત્ત સમાધિમાં કોઈ તેજોમય માર્ગે વિહરી રહ્યું છે. તારામંડિત બ્રહ્માંડને સત્વર વટાવીને એણે મનોમય સૂક્ષ્મતર પ્રદેશમાં પ્રવેશ કર્યો. એ ઊંચે ને ઊંચે ચડતું ગયું, ત્યારે મેં માર્ગની બંને બાજુએ દેવદેવીઓનાં મનોમય સ્વરૂપો જોયાં. પછી ચિત્ત એ પ્રદેશની બાહ્ય સીમાએ પહોંચ્યું. ત્યાં નિરપેક્ષ તત્ત્વના પ્રદેશને સાપેક્ષ તત્ત્વના પ્રદેશથી પૃથક્ કરનાર એક જ્યોતિર્મય વાડ જેવું હતું. એ વાડને ઓળંગીને ચિત્ત એવા અતીન્દ્રિય પ્રદેશમાં પહોંચ્યું કે જ્યાં કોઈ દેહધારી પ્રાણી દેખાતું ન હતું. બીજી જ પળે મેં સાત મહાન ઋષિઓને ત્યાં સમાધિમાં લીન થયેલા જોયા. મને થયું કે જ્ઞાન, પવિત્રતા, ત્યાગ અને ભક્તિના વિષયમાં આ ઋષિઓ કેવળ મનુષ્યોથી જ નહિ, દેવોથી પણ ચડી જાય છે. પ્રશંસામુગ્ધ થઈને હું એમની મહત્તાનો વિચાર કરી રહ્યો હતો, ત્યાં તો મેં અખંડ દેદીપ્યમાન પ્રદેશના અમુક ભાગને એક દેવશિશુનું રૂપ ધારણ કરતો જોયો. એ શિશુ એક ઋષિ પાસે આવ્યું, પોતાના નાનકડા સુંદર હાથ વડે આસ્તેથી એમની કોટે વળગી પડ્યું અને મધુર સ્વરે એમને બોલાવીને સમાધિ દશામાંથી એમના ચિત્તને નીચે ઉતારવાનો પ્રયાસ કરવા લાગ્યું. એના જાદુઈ સંસ્પર્શથી ઋષિનું સમાધિ દશામાંથી વ્યુત્થાન થયું. અને એમણે પોતાની સ્થિર અને અર્ધ મીંચેલી આંખોને પેલા અદ્‌ભુત બાળક પર ઠેરવી. એમનો મરક મરક થતો મુખપ્રદેશ દર્શાવી આપતો હતો કે એ બાળક એમની હૃદયસંપત્તિરૂપ હોવું જોઈએ. પરમાનંદપૂર્વક પેલા બાળકે એમને કહ્યું : 'હું પૃથ્વી ઉપર અવતરીશ. તમારે પણ મારી સાથે આવવાનું છે.' ઋષિ મૂંગા રહ્યા, પણ એમની કોમળ દૃષ્ટિએ સંમતિ વ્યક્ત કરી દીધી. બાળક તરફ અનિમેષ દૃષ્ટિથી જોતાં જોતાં ઋષિ પુનઃ સમાધિમગ્ન થઈ ગયા. મેં આશ્ચર્યપૂર્વક જોયું કે દેદીપ્યમાન તેજરૂપે એમનો એક અંશ પૃથ્વી પર ઊતરી રહ્યો છે. મેં નરેન્દ્રને જોયો કે તરત જ એને પેલા ઋષિ તરીકે ઓળખી ગયો.' પાછળથી પૂછપરછ કરીને શ્રીરામકૃષ્ણ પાસેથી માહિતી કઢાવવામાં આવી હતી કે એ બાળક તે શ્રીરામકૃષ્ણ પોતે જ હતા.

સ્વામી વિવેકાનંદનો જન્મ સને ૧૮૬૩ના જાન્યુઆરીની બારમી તારીખે

કોલકાતામાં થયો હતો. બાળક નરેન્દ્રનો સ્વભાવ અનેક રીતે વિલક્ષણ અને તરવરાટભર્યો હતો. ધ્યાનસ્થ દશા બાળક નરેન્દ્રને સહજ બની હતી. તેને ધ્યાનમાં બેસવાની રમત રમવાનું ગમતું. મિત્રોને ભેગા કરીને એક દિવસ નરેન્દ્ર આ રમત રમી રહ્યો હતો. એકાએક ક્યાંકથી એક મોટો સાપ આવી ચડ્યો. બીજા છોકરાઓ તો એકદમ બૂમો પાડતા ગભરાઈને નાસી ગયા. પણ નરેન્દ્ર તો એમ ને એમ બેસી રહ્યો. સાપ તો થોડીવારે જતો રહ્યો, પરંતુ પાછળથી તેણે માતાપિતાને કહ્યું : 'મને તો કંઈ જ ખબર ન હતી. હું તો ધ્યાનમાં બેઠો હતો.'

પંદર વર્ષની ઉંમરે નરેન્દ્રને આધ્યાત્મિક અનુભૂતિ થઈ હતી. પોતાના કુટુંબીજનો સાથે તેને રાયપુર (મધ્યપ્રદેશ) જવાનું થયું. બળદગાડીમાં તે પ્રવાસ કરી રહ્યો હતો. હવામાન આહ્‌લાદક હતું. અને ચોતરફના ખુલ્લા વાતાવરણમાં રંગબેરંગી પક્ષીઓનાં મીઠાં ગાન, ફૂલથી લચી પડતાં હરિયાળાં વૃક્ષો, નજરે પડતાં હતાં. આખો દિવસ એ મંડળી વિંધ્યાચળની ધાર પરથી પસાર થઈ રહી હતી. બન્ને બાજુએ ઊંચી ઊંચી ટેકરીઓ જાણે કે એકમેકને ભેટી રહી હતી. એકાએક નરેન્દ્રની દૃષ્ટિ એક ટેકરીની ફાટમાં રહેલા એક અત્યંત વિશાળ મધપૂડા ઉપર પડી. એનો વિચાર કરતાં કરતાં એનું મન પરમાત્માની મહત્તા અને શક્તિથી વિસ્મિત થઈને એ જ વિચારોમાં લીન થઈ ગયું. એને બહારનું કશું ભાન ન રહ્યું. બાહ્ય જગતની સંપૂર્ણ વિસ્મૃતિ અને અજ્ઞાતનો અનુભવ થવાનો પ્રસંગ નરેન્દ્રને માટે આ કદાચ પહેલો જ હતો. એની પ્રબળ કલ્પનાશક્તિનું એ પરિણામ હતું.

સ્વામી વિવેકાનંદને વિદ્યાર્થી જીવન દરમિયાન ભગવાન બુદ્ધની ઝાંખી થઈ હતી. સ્વામીજીના પોતાના જ શબ્દોમાં એ સાંભળીએ : 'જ્યારે ભણતો ત્યારે એક દિવસ હું બંધ બારણે ધ્યાન કરતો હતો. ત્યારે મન ખૂબ એકાગ્ર થઈ ગયેલું. આ પ્રમાણે કેટલો વખત મેં ધ્યાન ધર્યું તે હું કહી શકતો નથી. ધ્યાન પૂરું થયું. છતાં હું શાંત બેસી રહ્યો હતો. તેટલામાં ઓરડાની દક્ષિણ દિશાની દીવાલમાંથી એક જ્યોતિર્મય આકૃતિ બહાર આવી મારી પાસે ઊભી રહી. તેના મોં ઉપર અદ્‌ભુત તેજ હતું; છતાં કોઈ ઊર્મિલતા દેખાતી ન હતી. એક સંપૂર્ણ શાંત, મુંડિતમસ્તક દંડ-કમંડળધારી સંન્યાસીની તે મૂર્તિ હતી. થોડા વખત સુધી તેણે મારી સામે જોયા કર્યું. મને તે કંઈ કહેશે એમ લાગ્યું. મેં પણ આશ્ચર્યચક્તિ બની મૂંગાં મૂંગાં તેમની સામે જોયા કર્યું. એકાએક મારા મનમાં એક પ્રકારનો ભય પેદા થયો. હું બારણું ઉઘાડીને ઓરડાની બહાર નીકળી ગયો. પછી એમ થયું કે આ પ્રમાણે ભાગી આવવું તે મૂર્ખાઈ ભરેલું હતું. કદાચ તે મને

કંઈક કહેત. પરંતુ પછી તે આકૃતિ મેં ફરી કદી જોઈ નથી. મને લાગે છે કે મેં જે જીવંત ચિન્મય મૂર્તિનાં દર્શન કર્યાં તે ભગવાન બુદ્ધ હતા.'

શ્રીરામકૃષ્ણદેવ સાથેના આરંભના મેળાપો દરમિયાન એક સમયે ગુરુદેવે એમને સ્પર્શ કર્યો. આ સ્પર્શની જાદુઈ અસરે જીવ અને બ્રહ્મના ભેદને સ્વામીજીના મનમાંથી સંપૂર્ણ ભૂંસી નાખ્યો. એને ઉચ્ચ ઇંદ્રિયાતીત ભૂમિકાની અનુભવ પ્રસાદી આપી. સામાન્યતઃ સમાધિ જે શિષ્યના જીવનનું ધ્યેય છે, તેની પ્રાપ્તિ માટે ગુરુ તેને સહાય કરે છે. પરંતુ શ્રીરામકૃષ્ણદેવે આ શિષ્ય પાસેથી વધુ ઉચ્ચ આશા-આકાંક્ષા સેવી હતી. જ્યારે શિષ્યે આ શબ્દોમાં માગણી મૂકી કે 'હું તો ત્રણ-ચાર દિવસ સુધી સમાધિમાં લીન થઈને પડ્યો રહેવા ઇચ્છું છું, વચમાં ભોજન પૂરતો ભલે ભંગ થાય.' ત્યારે શ્રીરામકૃષ્ણદેવે ઠપકો આપ્યો : 'તારી તો ભારે હલકી બુદ્ધિ ! કેવી તુચ્છ વસ્તુની માગણી કરી ! મેં ધાર્યું હતું કે તું એક વિશાળ વટવૃક્ષ બનીશ. અને એની છાયા હજારો મનુષ્યોનું વિશ્રામસ્થાન બની રહેશે. પરંતુ તારે તો માત્ર જાતે મોક્ષ પામી છૂટી જવું છે !' શ્રીરામકૃષ્ણદેવના હૃદયની આંતરિક મહત્તા અનુભવી સ્વામી વિવેકાનંદે ખૂબ આંસુ સાર્યાં હતાં.

કાશીપુર બાગમાં નિર્વિકલ્પ સમાધિની ઊંચામાં ઊંચી ભૂમિકાનો તેમણે અનુભવ કર્યો. એક સાંજે એ ધ્યાનમાં બેઠા હતા. પડખે મોટો ગોપાલ (પાછળથી સ્વામી અદ્વૈતાનંદ) પણ ધ્યાનમાં બેઠા હતા, ત્યારે એકાએક પોતાની પાછળ કોઈ પ્રકાશ હોય એવો એમણે અનુભવ કર્યો. એ પ્રકાશ વધતો ગયો અને આખરે નરેન્દ્રનાથનું ચિત્ત તેમાં લય પામ્યું. બાહ્ય જગતથી પર જઈ તેઓ નિર્વિશેષ બ્રહ્માનુભૂતિમાં નાહી રહ્યા. સહેજ ભાન આવતાં નરેન્દ્રનાથે કેવળ પોતાનું માથું જોયું; શરીર અલોપ! એકાએક એણે રાડ પાડી : 'ગોપાલભાઈ, મારું શરીર ક્યાં ?' બિચારા ગોપાલભાઈ ગભરાઈ જ ગયા અને બોલ્યા : 'અરે નરેન ! આ રહ્યું, આ રહ્યું તારું શરીર !' પછી તો એ શ્રીરામકૃષ્ણદેવને ખબર આપવા દોડી ગયા. શ્રીરામકૃષ્ણદેવ તો એટલું જ બોલ્યા : 'ભલે, થોડીવાર એવી સ્થિતિમાં એ રહે. એને માટે તો એણે મને બહુ પજવ્યો છે.'

ઘણા લાંબા સમય પછી નરેન્દ્રનાથ પૂરેપૂરા ભાનમાં આવ્યા. અવર્ણનીય શાંતિનો એ મન-હૃદયથી અનુભવ કરી રહ્યા. જ્યારે એ ગુરુદેવ પાસે ગયા ત્યારે એમણે કહ્યું : 'હવે તો માએ તને બધું બતાવી દીધું છે. તને હમણાં જ પ્રાપ્ત થયેલી અનુભૂતિને તાળું વાસી રાખવામાં આવશે, અને એની ચાવી મારી પાસે રહેશે. જ્યારે તું જગન્માતાનું કાર્ય પાર પાડીશ ત્યારે આ તિજોરીનું તાળું ખોલવામાં આવશે.'

સ્વામી વિવેકાનંદમાં ધ્યાન-તન્મયતાનો કેટલો વિકાસ થયો હતો એ જાણવાનો બીજો રસપ્રદ પ્રસંગ શ્રીરામકૃષ્ણદેવના ગૃહસ્થ શિષ્ય ગિરીશચંદ્ર ઘોષે વર્ણવ્યો છે. એક દિવસ એ અને ગિરીશબાબુ એક વૃક્ષ નીચે ધ્યાન ધરવા બેઠા. મચ્છરોનો કંઈ પાર ન મળે, એટલે ગિરીશબાબુ તો અસ્વસ્થ થઈ ગયા. આંખો ખોલીને એણે સ્વામીજી તરફ જોયું, ત્યારે તો એ અવાક્ જ બની ગયા. સ્વામી વિવેકાનંદના શરીર પર મચ્છરોની ચાદર પથરાઈ ગઈ હતી. ધ્યાનમાંથી જાગ્યા પછી પણ સ્વામીજીને એનો કશો ખ્યાલ જ ન હતો !

ગુરુદેવની મહાસમાધિ પછી પરિવ્રાજકરૂપે સ્વામી વિવેકાનંદ ભારતના ચારે ખૂણે ઘૂમી વળ્યા. સ્વામીજીની ઈચ્છા કોઈ નિર્જન સ્થળે એકાંતમાં રહીને ભગવદ્ધ્યાનમાં તલ્લીન બની જીવન વ્યતીત કરવાની હતી. સિંહની જેમ નિર્ભય બનીને, સઘળી મર્યાદાઓને તોડીને, જળકમળવત્ જગતથી નિર્લેપ રહીને, તમામ આસક્તિ છોડીને એકલવીરની જેમ ભમવાની વૃત્તિ પાછળ શ્રીગુરુની પ્રેરણા કાર્ય કરી રહી છે એવી સ્પષ્ટ પ્રતીતિ સ્વામી વિવેકાનંદને થઈ હતી. પરંતુ ઈશ્વરની ઈચ્છા કંઈક જુદી જ હતી. તે ઈશ્વરીય દિવ્ય યોજનાએ, વિધાતાના વિધાને તેમને નિરાંતે બેસવા દીધા નહિ. આગળ જતાં તેમણે લખ્યું : 'કર્તવ્ય બજાવવાના ખ્યાલથી મારું આખું જીવન જેટલું સભર બની ગયું છે, એટલું તો ક્યારેય સભર બન્યું ન હતું. જાણે કે પહેલાંની ગુફાની જિંદગીમાંથી હું બહાર નીચેનાં સપાટ મેદાનોમાં અહીંતહીં ભટકવા માટે ફેંકાઈ ગયો છું.'

તેઓ હિમાલય પ્રદેશમાં એક વખત મુસાફરી કરી રહ્યા હતા. ત્યારે એક દિવસ કલકલ નાદ કરતા એક ઝરણાને કાંઠે એક પુરાણું વટવૃક્ષ ઊભું હતું. સ્નાન કરી એની છાયામાં બેસી સ્વામીજી ધ્યાનમગ્ન બન્યા. ત્યાં એમને વ્યષ્ટિ અને સમષ્ટિ વચ્ચેની એકતાની અપૂર્વ અનુભૂતિ થઈ કે મનુષ્ય બ્રહ્માંડની જ લઘુ-સૂક્ષ્મ આવૃત્તિ છે. બ્રહ્માંડમાં જે કંઈ બધું છે, તે મનુષ્યના દેહમાં પણ હસ્તી ધરાવે છે; વળી એક અણુમાત્રમાં પણ આખું વિશ્વ સમાયેલું છે. એવું સ્વામીજીને દર્શન થયું. ધ્યાન પૂરું થતાં એમણે પોતાના ગુરુભાઈ સ્વામી અખંડાનંદને કહ્યું: 'અરે ગંગાધર, અહીં તો આ વટવૃક્ષ નીચે મારા જીવનની એક જટિલ સમસ્યા ઉકેલાઈ ગઈ; સમષ્ટિ તથા વ્યષ્ટિની એકતાનું મને દર્શન થયું.'

હિંદુ ધર્મના પ્રતિનિધિ તરીકે સર્વધર્મપરિષદમાં ભાગ લેવા માટે સ્વામી વિવેકાનંદે ૩૧ મે, ૧૮૯૩ ને દિવસે શિકાગો તરફ પ્રયાણ કર્યું. પરંતુ સ્વામીજીનો સંદેશ એવો

વિશ્વવ્યાપક હતો કે એક પ્રેક્ષકે આ રીતે આલોચના કરી : 'વિવેકાનંદ તો વિશ્વના સર્વધર્મોના પ્રતિનિધિ છે.' સ્વામી વિવેકાનંદે અહીં વેદાંતના ઉત્કૃષ્ટ સંદેશની ઘોષણા કરી : 'તમે ઈશ્વરનાં બાળકો છો, અક્ષય સુખનાં ભાગીદાર છો, પવિત્ર અને પૂર્ણ આત્મા છો. અરે ઓ પૃથ્વી ઉપરના દિવ્ય આત્માઓ ! તમે પાપી ? મનુષ્યને પાપી કહેવો એ જ પાપ છે; મનુષ્ય પ્રકૃતિને એ કાયમી લાંછન લગાડવા જેવું છે !'

એ પછી ત્રણ વર્ષ તેમણે અમેરિકામાં તથા યુરોપના ઘણા દેશોમાં પ્રવાસ ખેડ્યો, છતાં પશ્ચિમના પ્રવૃત્તિથી ધમધમતા જીવનને કારણે સ્વામીજીના ધ્યાનમાં કશી ખલેલ પડી નહિ. આમ સ્વામીજીમાં કઠિન કર્તવ્યપરાયણતા, કર્મઠતા અને ગહનગંભીર ધ્યાનના બે પરસ્પર વિરોધી પ્રવાહો એકબીજાને અડચણરૂપ બન્યા વગર સુસંવાદિતાથી વહેતા આપણે જોઈએ છીએ.

જાહેર વ્યાખ્યાનો અને વર્ગોના સતત કામથી લગભગ થાકી ગયેલા તેમણે સને ૧૮૯૫ના જુન માસની શરૂઆતમાં પાઈન વૃક્ષોની ઘટાઓમાં, એકાંતમાં આરામનો સમય ગાળવા માટે પર્સી, ન્યુ હેમ્પશાયર જવાનું શ્રી ફ્રાન્સિસ લેગેટનું નિમંત્રણ સ્વીકાર્યું. અહીં પણ એમને નિર્વિકલ્પ સમાધિની અનુભૂતિ થઈ. જુન, ૭, ૧૮૯૫ના પર્સીથી તેઓએ શ્રીમતી ઓલી બુલને પત્ર દ્વારા લખ્યું:

'મેં જોયેલાં અતિશય સુંદર સ્થળોમાંનું આ એક સૌંદર્યસ્થાન છે. ગાઢ જંગલથી વીંટળાયેલા પર્વતોની વચ્ચે આવેલાં સરોવરોની કલ્પના કરો ! અને અમારા સિવાય બીજું કોઈ નહિ ! કેટલું સુંદર ! કેટલી શાંતિ! કેવું આરામદાયક ! વળી શહેરની ધમાલ પછી અહીં હું કેવો ખુશીમાં હોઈશ તેની કલ્પના કરી લેજો.

અહીં હું જીવનનો નવો આસ્વાદ માણી રહ્યો છું, એકલો જંગલમાં જાઉં છું, ગીતા વાંચું છું અને બહુ મજામાં છું. દસેક દિવસ પછી આ સ્થાન છોડીને હું થાઉઝન્ડ આઈલેન્ડ પાર્ક જઈશ. ત્યાં સમય મળ્યે ધ્યાનમાં બેસીશ અને તદ્દન એકાકી રહીશ. એ વિચાર જ ઉન્નતિદાયક છે.'

ભારતીય કલા અને સ્થાપત્યમાં આત્મસાક્ષાત્કાર અથવા પરમ જ્ઞાનની સ્થિતિ, બુદ્ધના ધ્યાનસ્થ સ્વરૂપમાં આલેખવામાં આવી છે. સ્વામી વિવેકાનંદનાં એક શિષ્ય શ્રીમતી મેરી ફંકે તેમના સ્વામીજી વિશેનાં સંસ્મરણોમાં આલેખે છે તે પ્રમાણે સ્વામીજીમાં આ આદર્શ મૂર્તિમંત થયો હતો:

'થાઉઝન્ડ આઈલેન્ડ પાર્કમાં એ છેલ્લો દિવસ અત્યંત આશ્ચર્યકારક અને બહુમૂલ્ય

નીવડ્યો હતો. તેમણે ક્રિસ્ટાઈનને અને મને સાથોસાથ ફરવા જવા માટે કહ્યું; કારણ કે તેઓ અમારી સાથે એકાંતમાં સમય ગાળવા ઈચ્છતા હતા. લગભગ અડધો માઈલ દૂરની એક ટેકરી તરફ અમે ચાલ્યાં. બધે જ જંગલ-ઝાડી અને એકાંત હતાં. છેવટે તેમણે નીચે ડાળીઓવાળું ઝાડ પસંદ કર્યું. અમે એની ફેલાયેલી ડાળીઓ નીચે બેઠાં. બીજી ધારેલી વાતચીતને બદલે તેમણે એકાએક કહ્યું: 'ચાલો, આપણે ધ્યાન કરીએ. બોધિવૃક્ષ નીચે બિરાજેલા બુદ્ધ જેવા થઈ જઈએ.' તેઓ તો કાંસ્યપ્રતિમા જેવા દેખાવા લાગ્યા! એવા જ સ્થિર, શાંત ! એટલામાં ગાજવીજ સાથે વાવાઝોડું આવી ચડ્યું; મૂશળધાર વરસાદ પડવા લાગ્યો, પણ સ્વામીજીને તો એની કશી ખબર જ ન રહી ! મેં મારી છત્રી ઊંચી ધરી અને વરસાદથી બચાવવા કોશિશ કરી. ધ્યાનમાં સાવ તલ્લીન સ્વામીજીને કશી ખબર જ ન હતી. એટલામાં અમે દૂરથી આવતી બૂમાબૂમ સાંભળી. કેટલાક સાથીઓ અમારી પાછળ રેઈનકોટ અને છત્રીઓ લઈને આવ્યા હતા. સ્વામીજીએ ખિન્નતાથી ચારે તરફ જોયું. કારણ હવે અમારે જવાનું હતું. તેમણે કહ્યું: 'વળી પાછો વરસતા વરસાદમાં જાણે કોલકાતામાં ન હોઉં !''

આપણે એક હકીકત યાદ રાખવી જોઈએ કે, શ્રીરામકૃષ્ણના કથન અનુસાર સ્વામી વિવેકાનંદ કંઈ સાધારણ મનુષ્ય ન હતા. એ તો નિત્યસિદ્ધ હતા, પૂર્ણ ઈશ્વરકોટિ આત્મા હતા. અથવા દિવ્ય જીવનકાર્ય પૂરું કરવા માટે પૃથ્વી પર અવતરેલા વિશિષ્ટ ઈશ્વરદૂત હતા. વિવેકાનંદે કહ્યું છે: 'જ્યાં સુધી દુનિયા પોતાને ઈશ્વર સાથે એકરૂપ અને અભિન્ન સમજતી થશે, ત્યાં સુધી સર્વત્ર માનવોને પ્રેરણા આપતો રહીશ.'

પોતાના સમગ્ર જીવનમાં એમણે ધ્યાનનો એટલો બધો અભ્યાસ કર્યે રાખ્યો હતો કે તે એમના જીવનનું એક અંગ જ બની રહ્યું. પશ્ચિમમાં એમને આ વિલક્ષણ અભ્યાસ પર સંયમ રાખવો પડતો. ભગિની નિવેદિતા આપણને કહે છે : 'એક પ્રસંગે ન્યૂયોર્કમાં ધ્યાનનો વર્ગ ચલાવતાં છેવટે માલુમ પડ્યું કે ધ્યાનમાંથી તેમને ફરી સભાન અવસ્થામાં લાવી શકાયા નહિ. પછી વર્ગમાં બેઠેલા તેમના વિદ્યાર્થીઓ તો બધા એક પછી એક ગુપચુપ ચાલ્યા ગયા. સ્વામીજીને આ વાતની પાછળથી ખબર પડી અને તેઓ ખિન્ન થયા. ત્યાર પછી આવું પુનરાવર્તન ન થાય એ માટે તેમણે પ્રયત્નપૂર્વક ખ્યાલ રાખવા માંડ્યો. એકાંતમાં એક કે બે જણની સાથે ધ્યાન ધરતા ત્યારે તેમને ધ્યાનમાંથી જગાડવા માટે સાંકેતિક શબ્દ આપી રાખતા.'

ઉત્તર કેલીફોર્નીઆના કેમ્પ ઈરવીંગમાં જ્યારે તેઓ રહેતા ત્યારે એક સવારે તેમના

ધ્યાનના વર્ગ શરૂ કરવાના સમયે સ્વામીજીએ શાંતિ (મીસીસ હેન્સબ્રો)ને રસોડામાં રસોઈ કરતાં જોયાં. સ્વામીજીએ તેમને પૂછ્યું: 'તમારે ધ્યાન કરવા આવવું નથી કે ?' શાંતિએ જવાબ આપ્યો: 'હું મારા કામનું યોગ્ય આયોજન કરવામાં બેદરકાર રહી, એટલે અત્યારે રસોડામાં રહેવું પડે એમ છે.' સ્વામીજીએ કહ્યું: 'ઠીક છે, કશો વાંધો નહિ. મારા ગુરુ શ્રીરામકૃષ્ણદેવે કહ્યું છે કે સેવા માટે તમે ધ્યાન છોડી શકો છો. સારું, તમારે માટે હું ધ્યાન ધરીશ.' પાછળથી શાંતિએ કહ્યું હતું: 'પછી તો આખા વર્ગ દરમિયાન મને એવું જ લાગ્યા કર્યું કે સ્વામીજી ખરેખર મારા માટે ધ્યાન ધરી રહ્યા હતા !'

પોતાના જીવનકાર્ય અને પાર્થિવ જીવનનો અંત નજીક આવતો ગયો તેની સાથેસાથ સ્વામી વિવેકાનંદને સ્પષ્ટ અનુભૂતિ થઈ કે દુનિયા તો જાણે કે રંગભૂમિ છે ! એમની આર્ષદૃષ્ટિ હવે વધુ ને વધુ ગતિથી લોકોત્તર વિશ્વને એમના સાચા નિવાસસ્થાન તરીકે નિહાળવા લાગી. (સ્વામી વિવેકાનંદની અત્યંત વિશ્વસનીય શિષ્યા) કુ. જોસેફાઈન મેકલિઓડને સ્વામીજીએ કેલીફોર્નીઆથી લખેલા ૧૮ એપ્રિલ, ૧૯૦૦ના પત્રમાં મૂળ સ્થાનને પ્રાપ્ત કરવાની ઝંખના કેટલી સ્પષ્ટ અને મર્મસ્પર્શી રીતે અભિવ્યક્ત કરી છે !

'કાર્ય કરવું હંમેશાં કઠિન હોય છે. બહેન, 'જો'! ઈશ્વરને પ્રાર્થના કરજે કે મારાં કાર્યો સદાને માટે બંધ પડે અને મારો સંપૂર્ણ આત્મા જગદંબામાં વિલીન થઈ જાય. જગદંબા જાતે તેનાં કાર્યોની સંભાળ રાખે છે.

માનસિક રીતે હું ખૂબ સ્વસ્થ છું. શારીરિક કરતાં આત્મિક વિશ્રામ વિશેષ અનુભવું છું. યુદ્ધોમાં ખૂબ હાર્યો છું અને જીત્યો પણ છું. મેં મારું બધું સંકેલી લીધું છે; હવે તો મહાન મુક્તિદાતાની રાહ જોઉં છું.

અબ શિવ, પાર કરો મેરી નૈયા !

અંતે તો 'જો' હું દક્ષિણેશ્વરના વિશાળ વટવૃક્ષની છાયા તળે એક ચિત્તે શ્રીરામકૃષ્ણનાં અદ્ભુત વચનો સાંભળનારો બાળક જ છું. એ જ મારું ખરું સ્વરૂપ છે, - કર્મ, પ્રવૃત્તિ, અને અન્યનું ભલું કરવું, વગેરે બધું માયાનું આવરણ છે. હવે વળી પાછો તેમનો સાદ સંભળાય છે. મારા આત્માને પુલકિત કરતો એ જ પહેલાંનો સાદ છે. હવે બંધનો તૂટે છે, સ્નેહનું અવસાન થાય છે, કાર્યમાંથી રસ ઊડી જાય છે, જીવનની ભભક દૂર થાય છે, ફક્ત ગુરુદેવ સાદ પાડે છે તે મને સંભળાય છે, 'પ્રભુ, હું આવું છું, હું આવું છું'. 'ગઈ ગુજરી ભૂતકાળમાં મૂકી દઈને તું મારી પાછળ ચાલ્યો આવ.'

'હા, હું આવું છું. નિર્વાણ મારી સન્મુખ છે. ક્યારેક ક્યારેક એ જ નિઃશ્વસ્ત, તરંગરહિત, નિઃસીમ શાંતિના સાગરનો હું અનુભવ કરું છું.

ઓહ, તે કેટલો શાંત છે !'

શ્રીરામકૃષ્ણદેવે ભાખ્યું હતું કે નરેન્દ્રનું કાર્ય પૂરું થયા પછી જ્યારે એને પોતાના ખરા સ્વરૂપનું ભાન થશે ત્યારે એ આ દેહમાં પુરાઈ રહેશે નહિ, નિર્વિકલ્પ સમાધિમાં લીન થઈ જશે. એક વખત બેલુર મઠમાં એમના એક ગુરુભાઈએ અમસ્તું જ પૂછ્યુંઃ 'સ્વામીજી ! શું આપને ખબર છે કે આપ કોણ છો ?' અને અણધાર્યો જવાબ આવ્યોઃ 'હા, હવે મને ખબર છે !' એ પછી ગાંભીર્ય છવાઈ ગયું.

સ્વામી વિવેકાનંદનું આ જગતમાં અવતરણ જેવું અદ્‌ભુત હતું તેવું જ લીલાસંવરણ પણ અલૌકિક હતું. પોતાની મહાસમાધિના થોડા દિવસ અગાઉથી જ પંચાંગ જોઈને ચોક્કસ દિવસે દેહનાં બંધન તોડી નાખવાનું એમણે નક્કી કર્યું અને ચોક્કસ દિવસ તે સને ૧૯૦૨ની ચોથી જુલાઈનો હતો. એ દિવસ એમણે સવારના આઠથી અગિયાર સુધી એકાંતમાં ધ્યાન ધર્યું. અને બપોર પછી એમણે નવયુવાન બ્રહ્મચારીઓને સંસ્કૃત વ્યાકરણ તથા વેદાંત તત્ત્વજ્ઞાન પણ શીખવ્યાં. એ પછી પોતાના એક ગુરુભાઈને સાથે લઈને સ્વામીજી ઠીક ઠીક દૂર સુધી ફરવા પણ ગયા.

એમના જીવનની અંતિમ પળો વિશે ભગિની નિવેદિતાએ આ શબ્દોમાં વર્ણન કર્યું છે : 'આમ, થોડીવાર ફરીને સ્વામીજી મઠમાં પાછા ફર્યા, સાંજ પડવા આવી હતી અને સાંધ્ય આરતીનો ઘંટ વાગ્યો. સ્વામીજી પોતાના ખંડમાં ગયા, પછી ગંગા નદી સામે મુખ રાખીને ધ્યાનમાં બેઠા. એમના જીવનની આ અંતિમ પળો હતી. ખાલી દેહપિંજર પડી રહ્યું અને ધ્યાનની આ પાંખો પર સવાર થઈને એમના આત્માએ એવું અનંતમાં ઉડાન કર્યું કે ત્યાંથી તેઓ હવે કદી આ જગતમાં પાછા ફરવાના ન હતા.'

પોતાના એક સંન્યાસી - શિષ્ય, સેવકને સ્વામી વિવેકાનંદે કહેલા અંતિમ શબ્દો આ હતા :

'Wait and meditate till I call you.'

(થોભો, અને હું પુકારું ત્યાં સુધી ધ્યાન ધરો.)

વેદાંત સોસાયટી ઓફ સધર્ન કેલીફોર્નીઆ,<br>
વિવેકાનંદ જયંતી,<br>
જાન્યુઆરી, ૧૪, ૧૯૭૪, સ્વામી ચેતનાનંદ

## ધ્યાન : યોગની પદ્ધતિ

### ધ્યાન એટલે શું ?

ધ્યાન શું છે ? ધ્યાન એવી શક્તિ છે કે જે આ પ્રકૃતિની ગુલામીનો સામનો કરવાની શક્તિ આપે છે. પ્રકૃતિ આપણને કહે છે : 'જો, પેલી સુંદર વસ્તુ રહી !' હું તેના સામે જોતો જ નથી. ઘડીક પછી પ્રકૃતિ કહે છે : 'જો, પેલી સુમધુર સુગંધ રહી, તું સૂંઘી જો !' હું મારા નાકને કહું છું : 'તું સૂંઘીશ નહિ.' એટલે નાક સૂંઘતું નથી. હું આંખોને કહું છું: 'આંખો ! તમે જોશો નહિ !' પ્રકૃતિ એવી ભયાનક ઘટના ઘડે છે કે મારા એક બાળકને મારી નાખે છે; કહે છે : 'હરામી ! લુચ્ચા ! હવે બેસીને રડ ! દુઃખના દરિયામાં પડ !' હું કહું છું : 'નથી પડતો, જા.' હું ઊભો થઈ જાઉં છું. મારે મુક્ત થવું જ જોઈએ. ક્યારેક ક્યારેક (ધ્યાનમાં) પ્રયાસ કરી જુઓ; ક્ષણભરને માટે તમે આ પ્રકૃતિને બદલાવી શકશો. હવે જો એ શક્તિ તમારામાં પોતાનામાં હોય તો શું એ સ્વર્ગ નથી ? શું એ મુક્તિ નથી ? એ શક્તિ ધ્યાનની છે.

એ મેળવવી કઈ રીતે ? જુદી જુદી ઘણી રીતે. દરેકના સ્વભાવ પ્રમાણે તેનો પોતાનો અલગ માર્ગ છે. પરંતુ સર્વસાધારણ સિદ્ધાંત આ છેઃ મનને કાબૂમાં લો. મન એક સરોવર જેવું છે; તેમાં નાંખેલો દરેક પથરો તરંગ ઉત્પન્ન કરે છે. આ તરંગો આપણે શું છીએ એ જોવા દેતા નથી. સરોવરના જળમાં પૂર્ણ ચંદ્રનું પ્રતિબિંબ પડે છે, પરંતુ જળની સપાટી એટલી ખળભળેલી છે કે આપણે પ્રતિબિંબને સ્પષ્ટ જોઈ શકતા નથી. એને સ્થિર થવા દો; પ્રકૃતિને તરંગ ઉત્પન્ન કરતી અટકાવો. શાંત રહો; થોડાક સમય પછી એ તમને છોડી દેશે. ત્યારે આપણે જાણી શકીએ કે આપણે શું છીએ. ઈશ્વર તો ત્યાં પહેલેથી જ છે, પરંતુ મન સર્વદા ઇંદ્રિયોની પાછળ ભટકતું રહેવાને લીધે ખૂબ જ વિક્ષિપ્ત થાય છે. તમે ઇંદ્રિયોને બંધ કરો છો, (છતાં) તમે ભમતા ને ભમતા જ રહો છો. અત્યારે, આ ક્ષણે જ હું વિચાર કરું છું કે હું સ્વસ્થ છું અને ઈશ્વરનું ધ્યાન ધરું; પણ મારું મન તે જ ક્ષણે લંડન પહોંચે છે. જો હું એને ખેંચીને ત્યાંથી હઠાવું, તો એ મેં ભૂતકાળમાં ન્યૂયોર્કમાં કરેલ બાબતોનો વિચાર કરવા ત્યાં દોડી જાય છે. ધ્યાનની શક્તિ દ્વારા આ તરંગોને અટકાવવાના છે.

### આનંદનું દ્વાર

ધ્યાન, એ ત્યાં (અનંત આનંદધામમાં) પહોંચવાનો દરવાજો છે. પ્રાર્થનાઓ, ક્રિયાકાંડો અને બીજા બધા પ્રકારની પૂજા, ધ્યાન માટેનું માત્ર બાલ શિક્ષણ છે. (ઉદાહરણ રૂપે) તમે

પ્રાર્થના કરો છો, નૈવેદ્ય ધરાવો છો, વગેરે. અગાઉ એક એવો સિદ્ધાંત હતો, જે કહેતો કે એ દરેક વસ્તુ માણસની આધ્યાત્મિક શક્તિ જગાવે છે. અમુક મંત્રો, પુષ્પો, મંદિરો, પ્રતિમાઓ, આરતી ઉતારવી, વગેરે બધાં મનને તે સ્થિતિમાં લાવે ખરાં, પરંતુ એ સ્થિતિ હંમેશાં માનવ આત્મામાં છે, બીજે ક્યાંય નહીં. (બધા લોકો) એ જ કરી રહ્યા છે; પરંતુ તેઓ જે જાણ્યા વગર કરી રહ્યા છે તે તમે સમજણપૂર્વક કરો. એ શક્તિ ધ્યાનની છે.

ધીમે ધીમે અને ક્રમે ક્રમે આપણે આપણી જાતને કેળવવાની છે. એ કાંઈ રમત નથી. એ કાંઈ એક દિવસનો, વરસનો કે કદાચ જન્મોનો પણ સવાલ નથી. પણ તેનો વાંધો નહિ ! અભ્યાસ કર્યે જ રાખવો. જાણીને સમજીને ઈચ્છાપૂર્વક અભ્યાસ તો કર્યે જ રાખવો. તસુએ તસુ કરીને આપણે આપણી આગળ વધીશું જ, આપણને અનુભવો થવા માંડશે. અને ખરા લાભો મળશે, જેને આપણી પાસેથી કોઈ ખૂંચવી નહિ શકે, જે સંપત્તિને કોઈ લઈ જઈ ન શકે, જેનો કોઈ નાશ કરી ન શકે, જે આનંદને કોઈ દુઃખ હરકત પહોંચાડી ન શકે.

## સત્યની શોધમાં

આ અનુભવો (ભગવત્પ્રાપ્તિ કે આત્મસાક્ષાત્કાર) કેવી રીતે મેળવવા, તે શિખવનારું વિજ્ઞાન છે યોગ. જ્યાં સુધી પોતાને અનુભવ ન થાય ત્યાં સુધી ધર્મની માત્ર વાતો કરવાનો કશો અર્થ નથી. ઈશ્વરને નામે એટલી બધી ગરબડ, આટલા ઝઘડા અને કજિયા શા માટે છે ? બીજી કોઈપણ બાબત કરતાં ઈશ્વરને નામે વધારે રક્તપાત થયો છે. કારણ કે લોકો ધર્મના મૂળ સુધી ગયા જ નહીં; તેઓને પોતાના બાપદાદાના રીતરિવાજોને માનસિક સંમતિ આપીને સંતોષ થતો હતો. અને બીજાઓ પણ તેમ જ કરે એમ તેઓ ઈચ્છતા હતા. જો માણસને પોતાના આત્માનો અનુભવ ન થતો હોય, અથવા જો એ ઈશ્વરને દેખતો ન હોય, તો પોતાને આત્મા છે, અથવા ઈશ્વર છે, એમ કહેવાનો તેને શો અધિકાર છે ? જો ઈશ્વર હોય તો આપણે તેને નજરે નિહાળવો જ જોઈએ; જો આત્મા હોય તો આપણને તેનો અનુભવ થવો જોઈએ; નહિતર બહેતર છે કે આપણે તેમાં ન માનીએ. દંભી થવા કરતાં ખુલ્લંખુલ્લા નાસ્તિક થવું વધુ સારું છે.

માણસ માગે છે સત્ય, પોતે જાતે સત્યનો અનુભવ લેવા ઈચ્છે છે; જ્યારે એ સત્યને સમજશે; તેનો અનુભવ કરશે, હૃદયના ગંભીરમાં ગંભીર ઊંડાણમાં તેને પામશે, ત્યારે ને કેવળ ત્યારે જ વેદો કહે છે તેમ સર્વ સંશય છેદાઈ જાય છે, સઘળો અંધકાર ઊડી જાય છે અને સઘળી વક્રતા સીધી થઈ જાય છે.

## મન કેટલું અશાંત છે !

મનને કાબૂમાં રાખવું કેટલું બધું કઠિન છે ! તેને હડકાયા વાંદરા સાથે સરખાવવામાં આવ્યું છે એ બરાબર જ છે. એક તો વાંદરો સ્વભાવે જ ચંચળ, જેમ બધાં વાંદરાં હોય છે તેમ. એટલું બસ ન હોય તેમ કોઈએ તેને ખૂબ દારૂ પાયો, એટલે એ એથી યે વધુ ચંચળ બન્યો. ત્યાર પછી તેને એક વીંછી કરડયો. માણસને વીંછી કરડે તો એ આખો દિવસ ઊંચોનીચો થયા કરે; એટલે એ વાંદરાની સ્થિતિ તો ચંચળતાની ટોચે પહોંચી, અને પછી તેના દુઃખની માત્રા પર કળશ ચડાવવા માટે તેનામાં ભૂતનો સંચાર થયો. પછી એ વાંદરાની કાબૂ બહારની ચંચળતાને કઈ ભાષા વર્ણવી શકે ? માણસનું મન એ વાંદરા જેવું છે, સ્વભાવે જ નિરંતર ચંચળ. પછી એ ઈચ્છારૂપી દારૂ ઢીંચીને ટૈં થાય, એટલે તેની ચંચળતાની માત્રા ખૂબ વધી જાય; ઈચ્છાએ તેને કબજામાં લીધો એટલે પછી આવે બીજાઓની ફત્તેહથી થતી ઈર્ષ્યાના વીંછીનો ડંખ; અને છેલ્લે અભિમાનનું ભૂત તેના મનમાં ભરાઈ બેસે, એટલે એ પોતાને સર્વશ્રેષ્ઠ માને. આવા મનને કાબૂમાં લેવું કઠિન છે !

## ભગીરથ કાર્ય

યોગીઓના કહેવા મુજબ, નાડીના મુખ્ય ત્રણ પ્રવાહો છે : એક પ્રવાહને તેઓ 'ઈડા' કહે છે, બીજાને 'પિંગલા' અને વચલાને 'સુષુમ્ણા' એવું નામ આપે છે. આ બધા કરોડરજ્જુમાં આવેલા છે. ડાબી અને જમણી બાજુ 'ઈડા' અને 'પિંગલા' નાડીનાં ઝૂમખાં આવેલાં છે, જ્યાં વચ્ચેની 'સુષુમ્ણા' નાડી પોલી છે; તે નાડીઓનું ઝૂમખું નથી. આ 'સુષુમ્ણા' નાડી બંધ હોય છે અને સામાન્ય માણસ માટે તેનો કંઈ ઉપયોગ નથી, કારણ કે માત્ર ઈડા અને પિંગલા નાડીઓ વડે જ તેનું કામ ચાલતું હોય છે. સંવેદનાના અને ક્રિયાશક્તિના પ્રવાહો આ નાડીઓ દ્વારા ઉપર નીચે સતત રીતે ચાલ્યા જ કરે છે, અને શરીરના જુદા જુદા ભાગમાં સંદેશાઓ અથવા આજ્ઞા લઈ જાય છે.

આપણી સામે રહેલું કાર્ય ભગીરથ છે; સૌથી પહેલાં તો આપણી અંદર રહેલા અને અજ્ઞાત મનમાં પડેલા અસંખ્ય વિચારો, જે આપણને સ્વાભાવિક થઈ જાય છે, તેના પર કાબૂ મેળવવાનો છે. એ વાત સાચી છે કે દૃષ્ટ કાર્ય જ્ઞાત પ્રદેશમાં છે; પણ જે કારણે એ ઉત્પન્ન થયું તે તો જ્ઞાત ભૂમિકાથી ઘણું અદૃષ્ટ અને અજ્ઞાત પ્રદેશની અંદર રહેલું હતું, અને તેથી તે કારણ વધારે બળવાન હતું.

અજ્ઞાત મન ઉપર કાબૂ એ અભ્યાસનો પહેલો તબક્કો છે. જ્ઞાત મનથી (જાગૃતિની અવસ્થાથી) પર જવું એ અભ્યાસનો બીજો તબક્કો છે. આમ આપણે જોઈશું કે આ કાર્ય બેવડું છે : એક છે ઈડા અને પિંગલા, જે પ્રચલિત સામાન્ય નાડીપ્રવાહો છે, તેમને યોગ્ય કાર્ય કરતા કરવાનું છે, અને એમ કરીને અજ્ઞાત મનમાં કાર્ય પર કાબૂ મેળવવાનું છે; બીજું છે એનાથી પર (જાગૃતિની અવસ્થાથી પર) સુષુપ્ત ચેતનાની અવસ્થામાં પહોંચવાનું.

જેણે લાંબા સમય સુધી એકાગ્રતાનો અભ્યાસ કર્યા પછી આ સત્ય પ્રાપ્ત કર્યું હોય, એ જ સાચો યોગી છે. ત્યાર પછી સુષુમ્ણા નાડી ખૂલે છે, અને જ્યાં પ્રવાહ કદી દાખલ થયો નથી, ત્યાં તેવા આ નવીન માર્ગમાં તે પ્રવેશે છે, અને ધીમે ધીમે (જેને આપણે આલંકારિક ભાષામાં) જુદાં જુદાં કમળચક્રો કહીએ છીએ તે તરફ ઉપર ચડતાં ચડતાં છેવટે મગજમાં પહોંચે છે. પછી યોગી પોતાના ખરા સ્વરૂપને એટલે કે સાક્ષાત્ ઈશ્વરને જાણે છે.

## ધ્યાન માટે અનુકૂળ વાતાવરણ

જેમની શક્તિ-સ્થિતિ હોય તેઓ કેવળ આ સાધના માટેનો જ એક અલગ ઓરડો રાખે તે વધુ સારું. એ ઓરડામાં સૂવું નહીં, તેને પવિત્ર રાખવો. નાહી-ધોઈને શરીર ને મન શુદ્ધ ન થયાં હોય ત્યાં સુધી એ ઓરડામાં પેસવું નહીં. એ ઓરડામાં હંમેશા પુષ્પો રાખવાં; યોગીને માટે એવું વાતાવરણ ઉત્તમ છે; તથા મનમાં સાત્ત્વિક ભાવ જગાવે એવાં ચિત્રો રાખવાં. સવાર-સાંજ ધૂપ કરવો. એ ઓરડામાં કજિયો, કંકાસ, ક્રોધ કે અપવિત્ર વિચારો ન કરવા. જેઓ તમારા જેવા સમાન વિચારવાળા હોય, માત્ર તેમને જ અંદર પેસવા દેવા. એ રીતે ધીરે ધીરે એ ઓરડામાં પવિત્રતાનું વાતાવરણ ઊભું થશે, તેથી જ્યારે તમે શોકગ્રસ્ત હો, દુઃખી હો, સંશયમાં હો, અથવા તમારું મન વ્યગ્ર હોય ત્યારે તે ઓરડામાં પ્રવેશ કરવાની સાથે જ મન શાંત થશે.

મંદિર, દેવળ બાંધવા પાછળની ભાવના આ હતી, અને કેટલાંક મંદિરો અને દેવળોમાં તે તમે હજીયે અનુભવશો, પણ તેમાંના મોટા ભાગનાંમાંથી તો એ ભાવના ચાલી ગઈ છે. ભાવના એ છે કે પવિત્ર ભાવતરંગોને જાળવવાથી સ્થાન આધ્યાત્મિક ભાવનાથી ઉજ્જવળ બની રહે છે. જેઓ એ સાધના માટે અલગ ઓરડો ન રાખી શકે તેઓ જ્યાં અનુકૂળ પડે ત્યાં સાધના કરે.

## ધ્યાન માટે અનુકૂળ સ્થળ

જ્યાં અગ્નિ હોય, અથવા જળ ભર્યું હોય, અથવા સૂકાં પાંદડાંથી છવાયેલી જમીન હોય, જ્યાં ઊધઈના રાફડા હોય, જ્યાં જંગલી જાનવરો હોય, અથવા (જ્યાં) તેમનો ભય હોય, જ્યાં ચાર રસ્તા ભેગા થતા હોય, જ્યાં ખૂબ ઘોંઘાટ થતો હોય, જ્યાં ઘણા દુષ્ટ લોકો વસતા હોય, ત્યાં યોગસાધના ન કરવી. આ બાબત ભારતને વિશેષ લાગુ પડે છે. જ્યારે શરીરમાં ખૂબ આળસ આવતી હોય, કે શરીર અસ્વસ્થ હોય, અથવા જ્યારે મન ખૂબ દુઃખી અને શોકમાં હોય, ત્યારે યોગનો અભ્યાસ ન કરવો. એવી જગ્યાએ જવું જે સારી રીતે ગુપ્ત હોય અને જ્યાં લોકો આવીને તમને ખલેલ ન પહોંચાડે. ગંદાં સ્થાનો પસંદ ન કરવાં. તેના કરતાં સુંદર દૃશ્યવાળું સ્થળ અથવા તમારા ઘરમાં જે ઓરડો સુંદર હોય તે પસંદ કરવો. અભ્યાસ કરવા બેસો, ત્યારે પ્રથમ પ્રાચીન યોગીઓને અને તમારા ગુરુને અને ઈશ્વરને પ્રણામ કરો, અને પછી પ્રારંભ કરો.

## ધ્યાન માટે સમય

રોજ તમારે ઓછામાં ઓછો બે વાર તો ધ્યાનનો અભ્યાસ કરવો જ જોઈએ. અને સારામાં સારો સમય સવારનો અને સાંજનો છે. જ્યારે રાત્રિ વીતીને પ્રભાત થાય, અને દિવસ આથમીને સંધ્યા થાય ત્યારે પ્રમાણમાં શાંત વાતાવરણ હોય છે. વહેલું પ્રભાત અને સમી સાંજ એ બે સમય શાંતિથી ભરેલા હોય છે. એ સમયે તમારા શરીરમાં પણ શાંત રહેવાનું એક વલણ આવશે. એ કુદરતી સ્થિતિનો લાભ ઉઠાવવો જોઈએ, વળી તે વખતે સાધનામાં બેસવું જ જોઈએ. જ્યાં સુધી સાધના ન કરી હોય, ત્યાં સુધી ખાવું જ નહીં એવો નિયમ લો. એમ કરશો તો ભૂખનું જોર જ તમારી આળસને ઉડાવી દેશે. ભારતમાં તો છોકરાંઓને ઉપદેશ આપવામાં આવે છે કે સંધ્યાપૂજા કર્યા વિના ખવાય જ નહીં; અને થોડા સમય પછી એ તેમને સહજ થઈ જાય છે. અને છોકરો જ્યાં સુધી સ્નાન અને સંધ્યાપૂજા કરીને પરવારે નહીં ત્યાં સુધી તેને ભૂખ જ ન લાગે.

## પ્રાર્થના કરો !

મનમાં બોલ્યે જાઓ :

બધાં માનવી સુખી થાઓ;<br>
બધાં માનવીને શાંતિ મળો;<br>
બધાં માનવીઓનું કલ્યાણ થાઓ.

એ પ્રમાણે પૂર્વ, પશ્ચિમ, ઉત્તર અને દક્ષિણ એમ ચારે દિશાઓમાં એ ભાવનાપ્રવાહ મોકલો. એ ભાવના તમે જેમ વધારે કરશો, તેમ તમને પોતાને વધુ ફાયદો થશે. આખરે તમને જણાશે કે આપણને પોતાને તંદુરસ્ત બનાવવાનો સહેલામાં સહેલો રસ્તો બીજાં નીરોગી રહે, એવી ભાવના સેવવાનો છે, અને પોતાની જાતને સુખી કરવાનો સહેલામાં સહેલો રસ્તો બીજાઓ સુખી થાય, એ જોવાનો છે. એ કર્યા પછી જેઓ ઈશ્વરમાં માનતા હોય તેમણે પ્રાર્થના કરવી - નહીં કે પૈસા માટે કે આરોગ્ય માટે, કે સ્વર્ગ માટે; પણ જ્ઞાન અને પ્રકાશ માટે પ્રાર્થના કરવી. તે સિવાયની બીજી પ્રાર્થનાઓ સ્વાર્થવાળી છે.

## પહેલો પાઠ

થોડો સમય માત્ર બેસી રહો અને મનને દોડવા દો. તમે ફક્ત બેઠા બેઠા જોયા કરો. કહેવત છે કે જ્ઞાન એ જ શક્તિ છે, અને એ વાત સાચી છે. જ્યાં સુધી તમે જાણો નહીં કે મન શું શું કરે છે, ત્યાં સુધી તમે તેને કાબૂમાં ન લઈ શકો. તેની લગામ છૂટી મૂકી દો; મનમાં અનેક ઘૃણાજનક વિચારો આવશે, એ જોઈને તમને આશ્ચર્ય થશે કે તમને આવા વિચારો આવ્યા. પણ તમને જણાશે કે દિવસે દિવસે મનના ઉછાળા ઓછા ને ઓછા થતા જાય છે, દિવસે દિવસે તે વધુ ને વધુ શાંત થતું આવે છે.

બધી દલીલબાજી અને બીજા વિક્ષેપોને છોડી દો. શુષ્ક તર્ક જાળમાં તે શું વળવાનું છે ? એનાથી તો માત્ર મનની સમતુલાનો ભંગ થાય છે અને તે ચંચળ બને છે. આપણે તો વધુ સૂક્ષ્મ ભૂમિકાઓના અનુભવ લેવાના છે; વાતો કરવાથી શું એ બનવાનું છે ? માટે બધી નિરર્થક વાતો છોડી દો. માત્ર જેમને આત્મસાક્ષાત્કાર થયો હોય એવા માણસોનાં લખેલાં પુસ્તકો જ વાંચો.

## હવે કરો !

શરીર વિષે એવું વિચારો કે તે સબળ અને નીરોગી છે; તમારી પાસેનું સર્વશ્રેષ્ઠ સાધન એ છે. એવો વિચાર કરો કે તમારું શરીર વજ્ર જેવું મજબૂત છે, અને આ શરીરની સહાયથી તમે સંસારસાગર તરી જવાના છો. બળ વિનાનો માણસ કદી મુક્તિને પામતો નથી. સઘળી નબળાઈને ફગાવી દો. તમારા શરીરને કહો કે તે સુદૃઢ છે, તમારા મનને કહો એ તે દૃઢ છે. અને તમારા પોતામાં અખૂટ શ્રદ્ધા અને આશા રહે તેવું વિચારો.

## ધ્યાનનાં થોડાં ઉદાહરણો

મસ્તકના શિખર ઉપર, કેટલાક તસુ વધુ ઊંચે એક કમળ છે, તેના કેન્દ્રમાં સદ્ગુણ છે અને જ્ઞાન તેની દાંડી છે એવી કલ્પના કરો. એ કમળની આઠ પાંદડીઓ તે યોગીની અષ્ટ શક્તિઓ છે. અંદર પુંકેસર અને સ્ત્રીકેસરરૂપે ત્યાગ છે. યોગી જો બહારની શક્તિઓનો ત્યાગ કરે તો તે અંતે મુક્તિ પામશે. એટલે કમળની આઠ પાંખડીઓ તે અષ્ટ શક્તિઓ છે, પણ અંદરના પુંકેસર અને સ્ત્રીકેસરરૂપે, અત્યંત ત્યાગનું સૂચન કરે છે, એ બધી શક્તિઓનો ત્યાગ છે. એ કમળની અંદરના ભાગમાં સુવર્ણ રૂપ છે, સર્વશક્તિમાન, ઇંદ્રિયાતીત, ૐ જેનું નામ છે, એવું અવર્ણનીય, ચોમેર તેજના અંબારથી ઘેરાયેલું, પ્રકાશમય, પરમ તત્ત્વ રહેલ છે એમ ચિંતન કરો. તેના પર ચિત્ત એકાગ્ર કરી ધ્યાન કરો.

બીજા પ્રકારનું ધ્યાન છે : હૃદયની અંદર એક અવકાશની કલ્પના કરો, પછી એ અવકાશની મધ્યમાં એક અગ્નિશીખા બળી રહી છે એવી કલ્પના કરો, એ અગ્નિશીખાને તમારો પોતાનો આત્મા કલ્પો. અને એ અગ્નિશીખાની અંદરના ભાગમાં બીજી એક ઝળહળતી જ્યોતિ છે, અને એ જ્યોતિ તમારા આત્માનોય આત્મા, ઈશ્વર છે એવી કલ્પના કરો. હૃદયમાં તેના ઉપર ધ્યાન ધરો.

## એ લક્ષ્ય સુધી કેમ પહોંચવું ?

સખત સાધના કરો; તમે જીવો કે મરો તેની પરવા ન કરો. પરિણામનો વિચાર કર્યા વિના તમારે ઝંપલાવી દેવાનું છે. અને કામ કરવાનું છે. જો તમારામાં પૂરતી હિંમત હશે તો તમે છ મહિનામાં પૂર્ણ યોગી બની શકશો. પણ જેઓ થોડુંક યોગનું અને થોડું થોડું બીજા બધાનું એમ જુદી જુદી વસ્તુઓ પકડે છે તેઓની કશી પ્રગતિ થતી નથી. માત્ર અભ્યાસક્રમના પાઠ લેવાથી કંઈ વળવાનું નથી.

સફળ થવા માટે તો તમારામાં જોઈએ જબરજસ્ત ખંત અને પ્રબળ ઇચ્છાશક્તિ. 'હું સાગર આખો પી જઈશ, મારી ઇચ્છાશક્તિના જોરે પર્વતોના ચૂરેચૂરા થઈ જશે,' એવું ખંતીલો જીવ બોલે. એ પ્રકારનો ઉત્સાહ રાખો, એ જાતની ઇચ્છાશક્તિ કેળવો, તો તમે ધ્યેય સુધી અચૂક પહોંચશો.

## સાવધાન !

દરેક ગતિ વર્તુળમાં જ પરિણમે છે. જો તમે એક પથ્થર લઈને તેને અવકાશમાં ફેંકો, અને જો તેને કશો અવરોધ ન નડે, ને જો તમે એટલો કાળ જીવતા રહો તો

તે પથ્થર અંતે બરાબર તમારા હાથમાં જ આવવાનો. વીજળીની બાબતમાં વિદ્યુતશક્તિ ડાઈનેમોમાંથી ઉત્પન્ન થઈને વર્તુળ પૂરું કરે છે ને પાછી ડાઈનેમોમાં આવે છે, એ રીતે ધિક્કાર અને પ્રેમની બાબતમાં પણ એમ જ છે. તે જ્યાંથી નીકળે ત્યાં પાછા આવવાના જ. એટલા માટે તમે કોઈ પ્રત્યે ધિક્કાર રાખો મા, કારણ કે જે ધિક્કાર તમારામાંથી બહાર નીકળ્યો, તે લાંબે ગાળે તમારી પાસે પાછો આવવાનો જ. જો તમે પ્રેમ દર્શાવશો તો તે પ્રેમ વર્તુળ પૂરું કરીને તમારી પાસે પાછો આવવાનો જ.

### ચિત્ત-સરોવર

સરોવરનું તળિયું આપણને દેખાતું નથી, કારણ કે તેની સપાટી તરંગોથી ઢંકાયેલી હોય છે. માત્ર જ્યારે તરંગો શમી ગયા હોય અને પાણી સ્થિર હોય, ત્યારે જ આપણને તળિયાની ઝાંખી થાય. જો પાણી ડહોળું હોય, અથવા બધો વખત ખળભળેલું જ રહેતું હોય તો તળિયું દેખાશે નહીં. જો પાણી સ્વચ્છ હોય અને તેમાં તરંગો ન હોય તો જ આપણે તળિયું જોઈ શકીશું. સરોવરના તળિયારૂપ આપણો આત્મા સમજો; સરોવર એટલે ચિત્ત સમજો; અને તેમાં તરંગો એટલે વૃત્તિઓ સમજો.

વળી, મનની ત્રણ અવસ્થાઓ છે : એક તમોગુણવાળી, તે પશુઓમાં અને બુદ્ધિહીનોમાં હોય છે. તમોગુણ ક્રિયા કરે તે નુકસાનકારક જ હોય. એ અવસ્થામાં મનમાં બીજો એકે વિચાર આવતો જ નથી. ત્યાર પછી મનની બીજી એક અવસ્થા ચંચળ અવસ્થા છે - રજોગુણની; તેમાં મનુષ્યનો મુખ્ય હેતુ હોય છે સત્તા અને મોજશોખ, 'હું સત્તાવાળો થઈશ, અને બીજાઓ ઉપર હકૂમત ચલાવીશ.' ત્રીજી અવસ્થા છે સત્ત્વગુણની; તેમાં ગંભીરતા, શાંત અવસ્થા હોય છે, ચિત્તરૂપી સરોવરના તરંગો શમી ગયા હોય છે અને તેનું જળ સ્વચ્છ થઈ ગયું હોય છે.

### આત્મ-સંયમ

આ તરંગોને ઊઠતા અટકાવવામાં ધ્યાન એ એક મોટું સાધન છે. ધ્યાન દ્વારા મન વડે આ તરંગોને તમે દબાવી શકો, અને જો તમે દિવસો પર દિવસો, મહિનાઓ પર મહિના અને વરસોનાં વરસ સુધી ધ્યાનનો એટલો અભ્યાસ કર્યે જાઓ કે ધ્યાનની ટેવ પડી જાય, તમારા પ્રયત્ન વિના પણ ધ્યાનની અવસ્થા ચાલુ રહે, તો ક્રોધ, ધિક્કાર વગેરે વૃત્તિઓને જાતે જ તમે તમારા કાબૂમાં લાવીને રોકી શકશો.

## આનંદી બનો !

માણસ ધાર્મિક થયો તેનું પહેલું લક્ષણ એ કે તે આનંદી બનતો જાય છે. જ્યારે માણસ ઉદાસ - ગંભીર બને છે ત્યારે એ અજીર્ણને કારણે હોઈ શકે, પણ એ ધર્મ તો નથી જ.

યોગીને મન સઘળું આનંદમય હોય છે, તેની નજરે ચડતો દરેક મનુષ્યનો ચહેરો તેનામાં પ્રસન્નતા ઉત્પન્ન કરે છે, ધાર્મિક મનુષ્યની નિશાની એ છે. દુઃખ તો પાપથી આવે છે, બીજા કશાથી નહીં. શોગિયું ડાચું તમારે શા માટે કરવું જોઈએ ? એ તો ભયંકર કહેવાય. જો તમારો ચહેરો ગમગીન રહેતો હોય, તો તે દિવસે બહાર ન જવું, પોતાના. ઘરમાં ભરાઈ રહેવું. તમારી ગમગીનીને બહાર દુનિયામાં ફેલાવવાનો તમને શો અધિકાર છે ?

## યોગીનાં લક્ષણો

'જે કોઈને ધિક્કારતો નથી, જે સર્વનો મિત્ર છે, જે સર્વ ઉપર દયા રાખે છે, જેને પોતાનું (કે પારકું) એવું કંઈ જ નથી, જે અહંકારરહિત છે, જે સુખ-દુઃખમાં સમચિત્ત છે, જે ક્ષમાશીલ છે, જે સદા સંતોષી છે, જે હંમેશા યોગસ્થ (રહીને) કર્મ કરે છે, જેનું મન કાબૂમાં છે, જેની ઇચ્છાશક્તિ દૃઢ છે, જેનાં મન અને બુદ્ધિ મારામાં સમર્પિત છે, એ મારો પ્રિય ભક્ત છે. જેનાથી કોઈ પ્રાણી સંતાપ પામતું નથી, જે કોઈપણ પ્રાણીથી ઉદ્વેગ પામતો નથી, જે હર્ષ, ક્રોધ, સંતાપ, ભય અને ચિંતાથી મુક્ત છે, એ ભક્ત મને પ્રિય છે. જે બીજા કશા પર અવલંબન રાખતો નથી, જે પવિત્ર અને ચતુર છે, જે અશુભ અથવા શુભ પ્રત્યે બેપરવા છે, જે કદી દુઃખી થતો નથી, જેણે પોતાના માટે (સ્વાર્થના) સર્વ પ્રયાસોનો ત્યાગ કર્યો છે, જે નિંદા અને સ્તુતિ બંનેમાં સમાન ભાવનાવાળો છે, જે શાંત અને વિચારશીલ છે, જે જે કાંઈ આપોઆપ આવી મળે તેનાથી જ સંતોષ પામે છે, જે ઘર વિનાનો છે - કારણ કે આખું જગત તેનું ઘર છે, જેના વિચારો (વિવેકબુદ્ધિ) સ્થિર છે, એ મારો પ્રિય ભક્ત છે.'

આવા જ માણસો યોગી બને.

## કાલુ માછલી જેવા બનો

ભારતમાં એક સુંદર દંતકથા છે : સ્વાતિ નક્ષત્રમાં વરસાદ થાય, અને એ વરસાદનું ટીપું જો કાલુ માછલીની છીપમાં આવી જાય, તો એ સ્વાતિ બિન્દુ મોતી બને. કાલુ માછલીને આ ખબર હોય છે, એટલે જ્યારે સ્વાતિ નક્ષત્રનો ઉદય થાય, ત્યારે તે દરિયાના પાણીની સપાટી પર આવે અને એ અમૂલ્ય વર્ષાબિંદુ ઝીલવાની રાહ જુએ.

જેવું બિંદુ અંદર પડે કે તરત જ કાલુ માછલી પોતાની છીપ બંધ કરે અને ડૂબકી મારીને દરિયાને તળિયે ચાલી જાય અને ત્યાં ધીરજથી એ સ્વાતિબિંદુને મોતીમાં વિકસાવે. આપણે પણ તેના જેવા થવું જોઈએ. પ્રથમ સાંભળો, પછી સમજો અને ત્યારબાદ બાદ બધા વિક્ષેપોને બાજુએ મૂકીને બહારની બધી અસર સામે તમારું મન બંધ કરો. અને તમારી ભીતર રહેલા સત્યને વિકસાવવામાં લાગી જાઓ.

### ધૈર્ય

નારદ નામે એક દેવર્ષિ હતા. જેમ મનુષ્યમાં ઋષિઓ, મહાન યોગીઓ હોય છે તેમ દેવોમાં પણ મહાન યોગીઓ હોય છે. નારદ એક મહાન યોગી હતા અને તે સર્વ સ્થળે વિચરતા. એક દિવસે એક વનમાં થઈને જઈ રહ્યા હતા, ત્યાં તેમણે એક માણસને જોયો, તો તે ધ્યાનમાં બેઠો હતો. અને તેની આસપાસ ઊધઈનો રાફડો જામી ગયો હતો. એટલા લાંબા કાળથી તે ધ્યાન કરી રહ્યો હતો.

નારદને જોઈને તેણે પૂછ્યું : 'આપ ક્યાં જાઓ છો ?' નારદે જવાબ આપ્યો : 'હું વૈકુંઠમાં જાઉં છું.' એ સાંભળીને પેલા તપસ્વીએ કહ્યું : 'ત્યારે ભગવાનને પૂછી જોજો કે એ મારા ઉપર ક્યારે કૃપાદષ્ટિ કરશે, અને મને ક્યારે મુક્તિ મળશે ?' નારદે કહ્યું : 'ભલે.' અને એ આગળ ચાલ્યા. થોડે ચાલતાં બીજા એક માણસને જોયો. તે નાચતો, કૂદતો અને કીર્તન કરતો હતો. નારદને જોઈને તેણે કહ્યું : 'અરે નારદજી, ક્યાં ચાલ્યા ?' તેનો અવાજ અને બોલવાની રીત પાગલ જેવી હતી. નારદે જવાબ આપ્યો : 'હું વૈકુંઠમાં જાઉં છું.' 'ત્યારે કૃપા કરીને ભગવાનને પૂછજો કે હું ક્યારે મુક્ત થઈશ.' નારદે કહ્યું : 'ભલે,' અને ચાલતા થયા.

ઘણે લાંબે વખતે નારદ પાછા એ જ રસ્તે થઈને નીકળ્યા, પેલા રાફડાવાળા માણસ પાસે આવ્યા; નારદને જોઈ પેલાએ પૂછ્યું : 'મહારાજ, આપે ભગવાનને મારે વિશે પૂછ્યું હતું ?' 'હા, જરૂર,' નારદે કહ્યું. 'શું બોલ્યા, ભગવાન ?' પેલાએ પૂછ્યું. નારદે કહ્યું : 'ભગવાન બોલ્યા કે તારી મુક્તિ હજી ચાર જન્મ પછી થશે.' એ સાંભળીને એ તો રડવા ને શોક કરવા લાગ્યો કે, 'અરેરે, મેં તો ભગવાનનું એટલા બધા સમય સુધી ધ્યાન ધર્યું છે કે મારી આજુબાજુ રાફડા બંધાઈ ગયા ને હજી ચાર જન્મ બાકી ?'

નારદ ત્યાંથી ચાલીને બીજા પાગલ જેવા લાગતા માણસ પાસે ગયા. તેણે પૂછ્યું: 'આપે ભગવાનને મારી બાબતમાં પૂછ્યું હતું ?' નારદે કહ્યું: 'હા, ભગવાન બોલ્યા કે આ સામેનું આંબલીનું ઝાડ દેખાય છે તેનાં પાંદડાં જેટલા જનમ લીધા પછી જ તારી

મુક્તિ થશે.' એ માણસ તો આનંદમાં આવી જઈ નૃત્ય કરવા લાગ્યો અને બોલી ઊઠ્યો: 'એટલા ટૂંકા ગાળામાં મારી મુક્તિ થઈ જશે ! ભગવાન કેટલા દયાળુ છે !' એમ કહીને તે તો આનંદમાં આવી જઈને ફરી નાચવા લાગ્યો.

ત્યાં તો આકાશવાણી થઈ : 'વત્સ, તું આ ક્ષણે જ મુક્ત છે !' તેની અખૂટ ધીરજનું એ ફળ ! એટલા બધા જન્મો સુધી એ સાધના કરવાને તૈયાર હતો. એ કશાથી નાહિંમત થયો નહીં.

## શાંતિના સામ્રાજ્યમાં

આધ્યાત્મિક જીવન માટે ધ્યાન એ સૌથી વધુ મદદરૂપ છે. ધ્યાનમાં આપણે ભૌતિક પરિસ્થિતિમાંથી છૂટા થઈ જઈએ છીએ, અને આપણા દિવ્ય સ્વભાવનું આપણને ભાન થાય છે. ધ્યાનમાં આપણે કોઈ બહારની મદદ ઉપર આધાર રાખતા નથી. આત્માનો સ્પર્શ ખૂબ જ અંધકારમય જગ્યાને પણ ઘણા જ ઉજ્જ્વળ રંગોથી રંગી શકે છે; ખરાબમાં ખરાબ વસ્તુને પણ તે સુગંધિત બનાવી શકે છે; પાપીને પણ તે દિવ્ય બનાવી શકે છે - અને એથી બધું વેરઝેર, બધો સ્વાર્થ અદૃશ્ય થઈ જાય છે. શરીરનો જેટલો ઓછો વિચાર કરીએ તેટલું વધારે સારું છે, કારણ કે, આપણને નીચે ખેંચી જનાર શરીર છે. આસક્તિ અને તાદાત્મ્ય આપણને દુ:ખી કરે છે. રહસ્ય એ છે કે માણસે એવો વિચાર કરવો કે 'હું આત્મા છું, હું શરીર નથી. આ આખું વિશ્વ, તેની અંદરના બધા સંબંધો, તેમાં રહેલું સારું અને નરસું, માત્ર ચિત્રોની હારમાળા છે, પડદા ઉપરનાં એ દૃશ્યો છે, જેનો હું માત્ર દૃષ્ટા છું.'

## ધ્યાન દ્વારા જીવનપરિવર્તન

એક નવયુવાન, શરીરે મજબૂત અને સશક્ત હોવા છતાં કોઈ રીતે પોતાના કુટુંબનો નિર્વાહ ચલાવી શકતો ન હતો. છેવટે એ ધાડપાડુ થયો. રસ્તે જતા-આવતા માણસો ઉપર હુમલો કરીને તે તેમને લૂંટી લેતો, અને એ રીતે મળેલા દ્રવ્યમાંથી તે પોતાનાં માતપિતા, પત્ની તથા બાળકોનું ભરણપોષણ કરતો. આમ ઘણા વખત સુધી ચાલ્યું. એક દિવસ મહર્ષિ નારદ ત્યાંથી પસાર થતા હતા, ત્યારે એણે હુમલો કર્યો. ઋષિએ લુટારાને પૂછ્યું: 'તું મને શા માટે લૂંટે છે ? મનુષ્યોને લૂંટવા અને મારવામાં મહાન પાપ છે. શા માટે તું આટલું મોટું પાપ વહોરે છે ?' લુટારાએ જવાબ વાળ્યો: 'એમાં શો વાંધો ? આ દ્રવ્ય વડે હું મારા કુટુંબનું ગુજરાન ચલાવવા માગું છું.' ઋષિએ વળી પૂછ્યું: 'તું એમ માને છે કે તારા દ્રવ્યની પેઠે તારા પાપમાં પણ તેમનો ભાગ છે ?'

લુટારાએ ઉત્તર વાળ્યોઃ 'જરૂર !' એટલે ઋષિએ કહ્યુંઃ 'સારું, તો મને અહીં બાંધી રાખ અને ઘેર જઈને તારાં કુટુંબીજનોને પૂછી જો કે જે રીતે તેઓ તારા પૈસામાં ભાગીદાર બને છે, તે રીતે તારા પાપમાં પણ ભાગીદાર બનશે કે કેમ ?'

એટલે લુંટારો પોતાના પિતા પાસે ગયો અને પૂછ્યુંઃ 'પિતાજી! તમારું ભરણપોષણ હું કેવી રીતે કરું છું તે તમે જાણો છો ?' પિતાએ કહ્યુંઃ 'ના, હું જાણતો નથી.' યુવાને કહ્યુંઃ 'ત્યારે જુઓ; હું લુટારો છું, અને લોકોને મારી નાખીને તેમનું દ્રવ્ય લૂંટી લાવું છું.' પિતા બોલી ઊઠ્યાઃ 'હેં ! તું શું આવો ધંધો કરે છે ? ચાલ્યો જા, નીચ !' પછી તે પોતાની માતા પાસે ગયો અને તેને પૂછ્યું : 'મા, હું તમારું ભરણપોષણ કેવી રીતે કરું છું, તે તમે જાણો છો ને ?' માતાએ ના કહી. પુત્રે કહ્યું : 'લૂંટ અને હત્યાથી હું તમારું પોષણ કરું છું !' મા બોલી ઊઠી : 'કેવું ભયંકર !' દીકરાએ પૂછ્યું : 'પણ મારા પાપમાં તમારો ભાગ તો ખરો ને ?' માએ કહ્યું : 'હું શું કામ ભાગ લઉં ? મેં કોઈ દિવસ લૂંટ કરી નથી.' પછી તેણે પોતાની પત્નીને પૂછ્યું : 'તને ખબર છે કે હું કઈ રીતે તારું ભરણપોષણ કરું છું ?' પત્નીએ કહ્યું : 'ના'. તેણે સમજાવ્યું : 'તો જો, હું લૂંટારો છું ને વરસોથી આ ધંધો કરીને તમને સહુને નિભાવું છું. હવે હું જાણવા માગું છું કે મારા પાપમાં તું ભાગ લેવા તૈયાર છે કે નહીં?' પત્નીએ કહ્યું : 'ના; કોઈ રીતે નહીં. તમે મારા પતિ છો એટલે મારું ગુજરાન ચલાવવાની તો તમારી ફરજ છે.'

આ બધી વાતચીત પછી લુટારાની આંખ ખૂલી ગઈ. 'જગતનો આ જ નિયમ લાગે છે. જે મારા નજીકમાં નજીકનાં સગાઓ માટે લૂંટફાટ કરું છું, તેઓ પણ મારા પાપમાં તો ભાગ લેશે જ નહીં !' ઋષિને જ્યાં બાંધ્યા હતા તે સ્થળે લુટારો પાછો ફર્યો, તેમને બંધનમુક્ત કર્યા, તેમને પગે પડીને સઘળી હકીકત કહી સંભળાવી અને કહ્યું : 'મહારાજ ! મારો ઉદ્ધાર કરો ! આપ કહો, હવે હું શું કરું ?'

ઋષિએ કહ્યું : 'જીવનનો આ માર્ગ તું છોડી દે. તેં જોયું ને કે તારા કુટુંબમાંથી કોઈને પણ તારા તરફ સાચો પ્રેમ છે જ નહીં. માટે આ બધી ભ્રમણાઓ છોડી દે. તેઓ તારી સુખસંપત્તિમાં ભાગ પડાવશે પણ જ્યારે તારી પાસે કંઈ નહીં રહે ત્યારે તને તજી દેશે. તારા પાપમાં ભાગીદાર કોઈ નથી, પણ તારા પુણ્યમાં સહુ કોઈ ભાગ પડાવશે. માટે આપણે પુણ્ય કરીએ કે પાપ કરીએ, છતાં જે એકલો આપણી પડખે ઊભો રહે છે, તે ઈશ્વરની જ ઉપાસના કર. તે આપણને કદીયે છોડતો નથી, કારણ કે પ્રેમ કદી અધઃપતન લાવતો નથી, તેમાં કદી સ્વાર્થ હોતો નથી, કોઈ સોદો હોતો નથી.'

ઋષિએ તેને ઈશ્વરોપાસના કેમ કરવી, તે શીખવ્યું. પછી આ યુવાન બધું જ છોડી દઈને વનમાં ચાલ્યો ગયો. ત્યાં તે પ્રાર્થના અને ધ્યાનમાં લાગી ગયો. એમ કરવામાં તે પોતાની જાતને પણ ભૂલી ગયો. તે એટલે સુધી કે આજુબાજુ ઊધઈઓએ રાફડાઓ જમાવ્યા તો પણ તેને તેનું ભાન રહ્યું નહીં.

ઘણાં વર્ષો વીત્યા પછી એકવાર આકાશવાણી થઈ : 'હે ઋષિ ! જાગો !' પણ જાગ્રત થયા પછી તે બોલી ઊઠ્યો : 'હું ઋષિ ? હું તો લૂંટારો છું !' ઉત્તર મળ્યો : 'હવે તું લુટારો રહ્યો નથી. તું હવે એક પવિત્ર ઋષિ બની ગયો છે. તારું જૂનું નામ નાશ પામ્યું છે. તારું ધ્યાન એટલું બધું ઊંડું - ગહન- ગંભીર અને ઉચ્ચકોટિનું હતું કે તારી આસપાસ ઊધઈના રાફડા, વલ્મીક જામ્યા, તેનુંય તને ભાન ન રહ્યું, એટલે હવેથી તારું નામ જેનો ઊધઈના રાફડામાં જન્મ થયો છે તે એટલે કે વાલ્મીકિ રહેશે.' આમ એ લુટારો એક ઋષિ બન્યો.

## ધ્યાનની ત્રણ ભૂમિકાઓ

ધ્યાનની ત્રણ ભૂમિકાઓ છે. પ્રથમ ભૂમિકાને ધારણા કહેવામાં આવે છે તે, એટલે કે એક પદાર્થ પર મનને એકાગ્ર કરવું. હું મારા મનમાંથી બીજા બધા પદાર્થોને બહાર કાઢીનાખીને આ કાચના પ્યાલા પર તેને એકાગ્ર કરવાનો પ્રયાસ કરું છું. પરંતુ મન ચંચળ છે. જ્યારે એ દૃઢ થઈને એટલું બધું અસ્થિર નથી રહેતું ત્યારે તે અવસ્થાને ધ્યાન કહેવામાં આવે છે. અને ત્યાર પછી એથીયે એક વધુ ઊંચી અવસ્થા છે કે જેમાં પ્યાલા અને મારી વચ્ચેનો ભેદ લોપ પામે છે; તે છે સમાધિ. ત્યારે મન અને પ્યાલો એકરૂપ બને છે; મને કશોય ભેદ ભાસતો નથી.બધી ઇંદ્રિયોના બીજા માર્ગો દ્વારા કાર્ય કરી રહેલી બધી શક્તિઓ મનની અંદર એકાગ્ર થઈ જાય છે, ત્યારે આ પ્યાલો મનની શક્તિને આધીન બને છે. આનો સાક્ષાત્કાર કરવાનો છે. યોગીઓની એ એક જબરદસ્ત રમત છે.

## આરામ કેવી રીતે કરશો ?

ધ્યાનનો અર્થ મનને પાછું વાળીને પોતાના ઉપર જ એકાગ્ર કરવું એમ કરવામાં આવે છે. મન અંદરની બધી વૃત્તિઓને (વિચારતરંગોને) અટકાવી દે, એટલે જગત અનુભવમાં આવતું અટકી જાય છે. તમારી ચેતના વિકાસ પામે છે. જ્યારે જ્યારે તમે ધ્યાન ધરો, ત્યારે ત્યારે દરેક વખતે તમારો વિકાસ કરતા જજો. જરા વધારે પરિશ્રમપૂર્વક અભ્યાસ કરતા રહેજો, એટલે ધ્યાનની અવસ્થા આવશે. તમને દેહનો કે બીજા કશાનો

અનુભવ જ નહીં થાય, કલાકેકની ધ્યાનાવસ્થા પછી જ્યારે તમે તેમાંથી બહાર આવશો, ત્યારે તમને તમારા જીવનના સુંદરમાં સુંદર આરામની અવસ્થાનો અનુભવ થયો લાગશે. તમારા શરીરયંત્રને સારામાં સારો આરામ આપવાનો એકમાત્ર રસ્તો તે છે. ગાઢમાં ગાઢ નિદ્રા પણ તમને એવો આરામ નહીં આપે. ગાઢમાં ગાઢ નિદ્રામાં સુધ્ધાં મન કૂદ્યા જ કરતું હોય છે; માત્ર ધ્યાનમાં પેલી થોડીક મિનિટો દરમિયાન જ મગજ લગભગ બંધ પડે છે, માત્ર એક જરાક જેટલી પ્રાણશક્તિ ચાલતી હોય છે. ત્યારે તમે શરીરને ભૂલી જાઓ છો; ત્યારે તમને કાપીને કોઈ ટુકડા કરી નાખે છતાં પણ જરાય ખબર નહીં પડે; તમને એ અવસ્થામાં એવો આનંદ આવશે. તમે પોતાને સાવ હલકા ફૂલ હો, તેવું અનુભવશો. ધ્યાનમાં આપણને આવો સંપૂર્ણ આરામ મળે છે.

### ક્રિયાની સામે પ્રતિક્રિયા થાય છે

પ્રકૃતિમાંની દરેક ઘટનામાં ઓછામાં ઓછો અરધો તમારો ફાળો છે અને બીજો અરધો પ્રકૃતિ લાવે છે. જો તમારો અરધો હિસ્સો બંધ કરો તો ઘટના બંધ થવી જ જોઈએ.

દરેક ક્રિયાની સામે એટલી પ્રતિક્રિયા થતી હોય છે. જો કોઈ માણસ મને મારે અને ઘાયલ કરે, તો એ ઘટના, પેલા માણસની ક્રિયા અને મારા શરીરની પ્રતિક્રિયા છે.

આપણે બીજું ઉદાહરણ લઈએ : એક સ્થિર સરોવરની લીસી સપાટી પર તમે પથ્થર ફેંકો. તમે ફેંકો તે દરેક પથ્થરની પાછળ પ્રતિક્રિયા થાય છે. સરોવરમાંના નાના નાના તરંગોથી પથરો ઢંકાઈ જાય છે, તે જ પ્રમાણે બાહ્ય વસ્તુઓ, મન રૂપી સરોવરમાં ફેંકાતા નાના પથ્થરાઓ જેવી છે. તેથી આપણે બાહ્ય જગતને ખરેખર જોતા નથી; આપણે માત્ર તરંગને જોઈએ છીએ.

### ધ્યાનની શક્તિ

ધ્યાનની શક્તિ આપણને સર્વ કંઈ મેળવી આપે છે. જો તમારે પ્રકૃતિ ઉપર સત્તા મેળવવી હોય, તો તે તમને ધ્યાન દ્વારા મળી શકે. જે બધી વૈજ્ઞાનિક શોધખોળ આજે થઈ રહી છે, તે ધ્યાનની શક્તિ દ્વારા જ થાય છે. એ વૈજ્ઞાનિકો વિષયોનો અભ્યાસ કરે છે ત્યારે બીજું બધું જ ભૂલી જાય છે; પોતાની જાતને તેમજ બીજાં બધાંને તેઓ વીસરી જાય છે. અને ત્યાર પછી મહાન હકીકત એક ચમકારાની પેઠે સૂઝી આવે છે. કેટલાક લોકો ધારે છે કે એ પ્રેરણા છે.

ખરું જોતાં પ્રેરણા જેવું કંઈ જ નથી. પ્રેરણાને નામે જે કંઈ ઓળખાય છે, તે

મનની અંદર પહેલેથી જ રહેલાં કારણોમાંથી આવતું પરિણામ છે. એક દિવસે ચમકારાની પેઠે પરિણામ આવે છે ! તેમનું પૂર્વ કર્મ એ એનું કારણ હતું.

એમાં પણ તમે ધ્યાનની શક્તિ, વિચારની એકાગ્રતા જુઓ છો. આ પુરુષો પોતાના અંતરાત્માને વલોવી નાખે છે. તેના ફળ રૂપે મહાન સત્ય સપાટી પર આવીને પ્રગટ થાય છે. એટલા માટે જ્ઞાન મેળવવાની મહાન વૈજ્ઞાનિક પદ્ધતિ ધ્યાનનો અભ્યાસ છે.

### ધ્યાન એક વિજ્ઞાન છે

જે કંઈ છે તે એક જ છે; અનેક હોઈ શકે જ નહીં. વિજ્ઞાન અને જ્ઞાનનો અર્થ એ છે. અજ્ઞાનથી અનેક દેખાય છે, જ્ઞાનથી એકત્વનો સાક્ષાત્કાર થાય છે. અનેકને એકમાં સમાવવાનું નામ વિજ્ઞાન છે. આખું વિશ્વ એક છે, એવું દર્શાવવામાં આવ્યું છે, એ વિજ્ઞાન 'વેદાંત' તરીકે ઓળખાય છે. સમસ્ત વિશ્વ એક છે.

અત્યારે તો આપણે આ બધી વિવિધતાઓ જોઈએ છીએ, કે જેને આપણે પૃથ્વી, જળ, તેજ, વાયુ અને આકાશ એ પાંચ ભૂતો કહીએ છીએ. ધ્યાન એટલે સર્વ કંઈને અંતિમ સત્યમાં, આત્મામાં વિલીન કરવાનો અભ્યાસ. સ્થૂલનો લય થાય પ્રવાહીમાં, પ્રવાહીનો વાયુમાં, વાયુનો આકાશમાં, આકાશનો મનમાં, અને મન અંતે લીન થાય, આત્મામાં. સર્વ આત્મામાં એકરૂપ બની જાય છે.

આપણે જાણીએ છીએ કે ધ્યાન, એક કલ્પનાની પ્રક્રિયાથી આવે છે. ભૂતશુદ્ધિ (આ ભૂતશુદ્ધિ નામે ઓળખાતી ક્રિયા, કર્મકાંડનું એક અંગ છે. ઉપાસક એવી ભાવના કરે છે કે પોતે પૃથ્વી, જળ, તેજ, વાયુ, આકાશ અને તેમની તન્માત્રાઓ તથા ઇંદ્રિયોનો મનમાં લય કરે છે; મન, બુદ્ધિ, અહંકારનો સમષ્ટિ અહંકાર (અથવા) મહત્‌માં લય કરે છે; મહત્‌ તત્ત્વનો બ્રહ્મની શક્તિ પ્રકૃતિમાં લય કરે છે, અને પ્રકૃતિનો લય અંતિમ સત્તા બ્રહ્મમાં કરે છે. મૂલાધાર ચક્રમાં સુષુપ્ત પડેલી કુંડલિની શક્તિને પોતાની ભાવના દ્વારા વધુ ને વધુ ઉચ્ચ ચક્ર (અનુક્રમે સ્વાધિષ્ઠાન, મણિપુર, અનાહત, વિશુદ્ધ, આજ્ઞા અને સહસ્રાર) સુધી લઈ જાય છે. અને છેવટે સહસ્રાર ચક્રમાં પરમાત્માની સાથે, કુંડલિનીની જાગ્રતિ દ્વારા થયેલી, જીવાત્માની એકતા પર ધ્યાન કરે છે.)ની આ બધી પ્રક્રિયાઓમાંથી એટલે કે સ્થૂલ ભૂતનો તેનાથી વધુ ઉચ્ચ સૂક્ષ્મ ભૂતમાં લય કરવો, પછી એને એથી વધુ સૂક્ષ્મમાં, એમ છેવટે મનમાં અને મનનો આત્મામાં. એ બધી પ્રક્રિયાઓમાંથી પસાર થાઓ, એટલે તમે આત્મસ્વરૂપ બનો.

અહીં માટીનો એક મોટો પિંડ છે. એ માટીમાંથી ધારો કે મેં એક નાનો ઉંદર બનાવ્યો અને તમે એક નાનો હાથી બનાવ્યો. એ બંને માટી જ છે. એ બંનેને ભાંગીને ગૂંદી નાખો, વસ્તુતઃ બંને એક જ છે.

## પવહારી બાબા : એક આદર્શ યોગી

પવહારીબાબાના આશ્રમમાં ચોરી કરવા આવનાર ચોરની વાત સૌ કોઈ જાણે છે. સંતને જોતાં જ ભયભીત બની જઈ, ચોરેલા માલની એક પોટલી પાછી મૂકીને તે ભાગવા લાગ્યો. સંતે તે ટોપલી ઉપાડી લીધી અને તેની પાછળ પાછળ ઘણે લાંબે સુધી ઝડપથી દોડયા બાદ તેને પહોંચી શકયા. સંતે એ ટોપલી પેલા ચોરના પગ આગળ મૂકી અને હાથ જોડીને આંસુભરી આંખે પોતાની દખલગીરી બદલ ક્ષમા માગી, તથા એ સઘળો માલ પોતાનો નહીં પણ તેનો હોવાનું માનીને તે સ્વીકારી લેવા આજીજી કરી.

બીજા એક વિશ્વાસપાત્ર સમાચાર પણ આપણને મળ્યા છે. એક વખત તેમને કાળા નાગે દંશ દીધેલો, ત્યારે કલાકો સુધી બેભાન દશામાં રહેલા; સહુએ તેમને મરેલા માન્યા હતા, છતાં પણ તેઓ જીવતા થયા. જ્યારે મિત્રોએ આ વિષે તેમને પૂછ્યું ત્યારે તેમણે એટલો જ જવાબ આપ્યો : 'સર્પ તો પ્રિયતમના સંદેશવાહક તરીકે આવ્યો હતો !'

તેમની એક મોટી ખાસિયત એ હતી કે ગમે તેવું ક્ષુદ્ર દેખાતું હોય તો પણ જે કામ તેઓ હાથ ધરતા, તેમાં ખૂબ તલ્લીન થઈ જતા. રઘુનાથજીની પૂજા જેટલી કાળજી અને ધ્યાનમાં થતી, તેટલી જ કાળજી અને ધ્યાન તાંબાના લોટા સાફ કરવામાં પણ દેતા. પોતે આ રહસ્યના શ્રેષ્ઠ દૃષ્ટાંતરૂપ હોઈને તેમણે એક વખત કર્મ સંબંધે આપણને ઉપદેશમાં કહેલું : 'સાધનો જ જાણે કે સાધ્ય હોય તેવી રીતે તેમની આદરપૂર્વક સંભાળ લેવી જોઈએ.'

દુનિયાને સહાય કરવા માટે ગુફામાંથી બહાર નહીં આવવાનું કારણ આ સંતને પૂછવાની તક લેખકને (સ્વામી વિવેકાનંદ) સાંપડી હતી. તેમણે ઉત્તર આપ્યો : 'શું તમે એમ માનો છો કે ભૌતિક મદદ એ જ એક માત્ર શકય સહાય છે ? શું એ શક્ય ન બને કે શરીરની કોઈ પ્રવૃત્તિ સિવાય જ એક મન બીજા મનને મદદ કરી શકે ?'

## બુદ્ધ વિશે દંતકથા

બુદ્ધનો જન્મ થયો. તેઓ એટલા તો પવિત્ર હતા કે તેમના મુખને દૂરથી જોનાર તત્ક્ષણ ધર્મવિધિઓ છોડીને સંન્યાસી બની જાય અને સંસાર તરી જાય. અને તેથી દેવતાઓએ એક સભા ભરી. તેમણે વિચાર્યું કે, 'આપણું આવી બન્યું.' કારણ કે મોટાભાગના દેવતાઓ ક્રિયાકાંડ ઉપર જ નભતા હતા. આ બલિદાનો બંધ થઈ ગયાં.

દેવો શક્તિહીન બની ગયા, અને તેનું એકમાત્ર કારણ એ હતું કે તેઓ ભૂખે મરતા હતા.

એટલે દેવોએ વિચાર્યું : 'ગમે તે રીતે આને પાડી દ્યો. આપણે (જીવનમાં) જીરવી શકીએ તે કરતાંય એ વધુ પવિત્ર છે.' પછી દેવો બુદ્ધ પાસે આવ્યા અને કહ્યું : 'પ્રભુ ! અમે આપની પાસે કંઈક માગવા આવ્યા છીએ. અમે એક મોટો યજ્ઞ કરવા ઇચ્છીએ છીએ. મહાન અગ્નિ દેવના સ્થાપન, પ્રતિષ્ઠા માટે સમગ્ર વિશ્વમાં અમે એવા પવિત્ર સ્થળની શોધમાં છીએ. પણ અમને હજી સુધી તે સાંપડયું નથી. હવે આજે અમને તે મળ્યું છે. જો તમે સૂઈ જાઓ, તો તમારી છાતી પર આ અગ્નિદેવને પ્રગટાવીએ.' બુદ્ધ કહ્યું : 'ભલે, આગળ ધપો.' અને બુદ્ધની છાતી પર દેવતાઓએ સમિધનો ઊંચો ઢગલો ખડકી હુતાશ પેટાવ્યો. દેવોએ ધાર્યું કે હવે તે ખતમ થઈ ગયો. પરંતુ તે જીવતો હતો. આ જોઈ તેઓના મોતિયા મરી ગયા. બધા દેવો તેને ફટકારવા માંડયા. પણ બધું નિરર્થક, તેઓ તેને મારી શકયા નહિ. અંતરિક્ષમાંથી આકાશવાણી થઈ : 'આ બધાં નકામાં ફાંફાં શા માટે મારો છો ?' દેવોએ કહ્યું : 'જે તેમને જુએ છે તે પવિત્ર અને મુક્ત બને છે. તેથી અમને કોઈ પૂજશે નહિ.' અંતર આકાશમાંથી ફરી વાણી સંભળાઈ : 'તો તમારા બધા પ્રયાસ નિરર્થક છે. કારણ કે પવિત્રતા હણી શકાતી નથી.'

## સમાધિનું ગીત

નહીં સૂર્ય, નહીં જ્યોતિ,
નહિ શશાંક સુંદર;
ભાસે વ્યોમે છાયા સમ
છબી વિશ્વ ચરાચર ... નહિ સૂર્ય
અસ્ફુટ મન - આકાશે
જગત - સંસાર ભાસે,
ઊઠે, ભાસે, ડૂબે પુનઃ
'અહં' સ્રોતે નિરંતર ... નહિ સૂર્ય
ધીરે ધીરે છાયાદળ
મહાલયે પ્રવેશિયું;
વહે માત્ર 'અહં' 'અહં'

એ જ ધારા ક્ષણે ક્ષણ ... નહિ સૂર્ય
એ ધારાયે બંધ થઈ,
શૂન્યે શૂન્યે મળી ગઈ;
અવાઙ્મનસગોચરમ્
થાય પ્રાણ માંહે જાણ ... નહિ સૂર્ય

**પ્રશ્નોત્તરી**

પ્રશ્ન : ગુરુ કોને કહેવાય ?

સ્વામીજી : જે તમારું ભૂત-ભવિષ્ય કહી શકે તે તમારો ગુરુ.

પ્રશ્ન : માણસમાં ભક્તિ કેમ કરીને આવે ?

સ્વામીજી : ભક્તિ તમારામાં રહેલી જ છે, માત્ર કામ અને કાંચનનું એક આવરણ તેને ઢાંકે છે; જેવું તે આવરણ ખસી જાય કે તરત ભક્તિ આપોઆપ પ્રગટ થશે.

પ્રશ્ન : કુંડલિની સ્થૂળ શરીરમાં શું સાચોસાચ છે ?

સ્વામીજી : શ્રીરામકૃષ્ણ કહેતા કે યોગીઓમાં કહેવાતાં 'કમળ' માનવ શરીરમાં સ્થૂળ રીતે ખરેખર હોતાં નથી, પરંતુ યોગશક્તિઓ દ્વારા તેનામાં એ ઉત્પન્ન થાય છે.

પ્રશ્ન : મનુષ્ય મૂર્તિપૂજા વડે શું મુક્તિ મેળવી શકે ?

સ્વામીજી : મૂર્તિપૂજા સીધી રીતે મુક્તિ ન આપી શકે; એ અવાંતર સાધન હોઈ શકે, રસ્તે જતાં સહાયક બને તેવું. મૂર્તિપૂજાનો તિરસ્કાર કરવો નહિ, કારણ કે ઘણાઓની બાબતમાં અદ્વૈતના સાક્ષાત્કારને માટે એ મનને તૈયાર કરે છે. બાકી તો એકલું અદ્વૈત જ માણસને સંપૂર્ણ બનાવે છે.

પ્રશ્ન : મુક્તિ શું છે ?

સ્વામીજી : મુક્તિ એટલે સારા તેમજ નરસા બંનેના બંધનમાંથી સંપૂર્ણ સ્વાતંત્ર્ય. લોખંડની પણ બેડી, અને સોનાની હોય, તો પણ એ બેડી જ કહેવાય. શ્રીરામકૃષ્ણ કહેતા કે પગમાં વાગેલા એક કાંટાને કાઢવા માટે બીજો કાંટો લેવામાં આવે અને પેલો કાંટો કાઢી નાખ્યા પછી બંનેને ફેંકી દેવામાં આવે, તેવી રીતે ખરાબ વૃત્તિઓને સારી વૃત્તિઓથી દબાવવાની ખરી, પરંતુ ત્યાર પછી શુભ વૃત્તિઓને પણ જીતવી જોઈએ.

પ્રશ્ન : વેદાંતનો સાક્ષાત્કાર કેવી રીતે થાય ?

સ્વામીજી : 'શ્રવણ, મનન અને નિદિધ્યાસન દ્વારા,' શ્રવણ સદ્‌ગુરુ પાસેથી કરવું જોઈએ. માણસ પોતે ભલે નિયમસરનો શિષ્ય ન હોય તો પણ જો સાચો જિજ્ઞાસુ

હોય અને સદ્‌ગુરુના શબ્દો સાંભળે તો તે મુક્ત થાય.

પ્રશ્ન : માણસે ધ્યાન ક્યા કેન્દ્ર ઉપર કરવું ? મનને શરીરની અંદર એકાગ્ર કરવું કે બહાર ?

સ્વામીજી : અંદર ધ્યાન કરવાનો પ્રયાસ કરવો. મન અહીંતહીં ભટકવાની બાબતમાં તો આપણે માનસિક ભૂમિકાએ પહોંચીએ તે પહેલાં ઘણો સમય લાગે. અત્યારે તો આપણી મથામણ શરીર સાથે છે. જ્યારે આસન સ્થિર થાય, ત્યારે અને ત્યારે જ મનની સાથે લડાઈ શરૂ થાય. આસન ઉપર કાબૂ આવે એટલે શરીરનાં અંગો નિશ્ચલ રહે, અને ખુશી પડે ત્યાં સુધી બેસી શકાય.

પ્રશ્ન : કેટલીક વાર જપનો કંટાળો આવે છે. ત્યાર પછી એ ચાલુ રાખવો કે તેને બદલે કોઈક સદ્‌ગ્રંથનું વાચન કરવું ?

સ્વામીજી : જપમાં કંટાળો આવવાનાં બે કારણો હોય છે. કોઈવાર મગજ થાકી જાય, તો કોઈક વાર એ આળસને લીધે હોય. જો મગજ થાકી જાય, તો તાત્કાલીક જપને મૂકી દેવો, કારણ કે એ વખતે એમાં મંડયા રહેવાથી વિચિત્ર ભ્રમણાઓ દેખાવા લાગે, કે પાગલ થઈ જવાનો ભય રહે. પરંતુ જો આળસને લીધે જપમાં કંટાળો આવતો હોય, તો મનને જોર કરીને પણ જપમાં લગાડવું.

પ્રશ્ન : મન ભટકતું હોય, તો પણ લાંબા સમય સુધી જપ ચાલુ રાખવો એ સારું ખરું ?

સ્વામીજી : હા. જેમ કેટલાક લોકો વણપલોટયા ઘોડા પર હંમેશા જીન નાખી રાખીને પલોટે છે તેમ.

પ્રશ્ન : પ્રાર્થનાની ઉપયોગિતા શી છે ?

સ્વામીજી : પ્રાર્થનાથી માણસની સૂક્ષ્મ શક્તિઓ સહેલાઈથી જાગ્રત કરી શકાય છે, અને જો એ સમજપૂર્વક કરવામાં આવે તો તેનાથી બધી ઇચ્છાઓ પૂર્ણ થઈ શકે છે; માત્ર અજાણ રીતે કરવામાં આવે તો કદાચ દસમાંથી એકાદ સફળ થાય.

પ્રશ્ન : આપે આપના ભક્તિયોગમાં જણાવ્યું છે કે જો નબળા બાંધાનો માણસ યોગ સાધના કરવા જાય તો તેની જબરદસ્ત પ્રતિક્રિયા થાય ત્યારે શું કરવું ?

સ્વામીજી : આત્માનો સાક્ષાત્કાર કરતાં મૃત્યુ આવે તો પણ તેમાં ડરવા જેવું શું છે ? વિદ્યા અને બીજી અનેક બાબત ખાતર મરી જતાં માણસને જો ડર નથી લાગતો તો પછી ધર્મ માટે મરતાં શા માટે ડરવું ?

## અનુભવ અને તેની પરીક્ષા

સ્વામીજી : એક દિવસ દક્ષિણેશ્વરના મંદિરવાળા બગીચામાંથી શ્રીરામકૃષ્ણે મારી છાતીએ સ્પર્શ કર્યો, અને પ્રથમ તો હું એમ જોવા લાગ્યો કે ઘર, ઓરડા, બારણાં, બારીઓ, ઓસરી, વૃક્ષો, સૂર્ય, ચંદ્ર એ બધાં ઊડી જવા લાગ્યાં, જાણે કે ટુકડે ટુકડા થઈ જવા લાગ્યાં, જાણેકે તેમના અણુએ અણુ બધાં જુદાં પડી જવા લાગ્યા. અને અંતે બધું આકાશમાં લય પામી ગયું. વળી ધીમે ધીમે એ આકાશ સુદ્ધાં લોપ પામી ગયું અને ત્યાર પછી તેની સાથે મારી અહંબુદ્ધિનો પણ લોપ થયો. ત્યાર પછી શું થયું એ મને યાદ નથી. પહેલાં તો મને બીક લાગેલી. પરંતુ એ અવસ્થામાંથી પાછો આવતાં વળી પાછો હું એ જ ઘર, એ બારણાં - બારીઓ - ઓસરી અને એ જ બીજું બધું જોવા લાગ્યો. બીજે પ્રસંગે બરાબર એવો જ અનુભવ મને અમેરિકામાં એક સરોવરને કાંઠે થયેલો.

શિષ્ય : એ સ્થિતિ મગજ ખસી જવાથી પણ ઊભી ન થાય ? વળી, મને એ સમજાતું નથી કે આવી અવસ્થાની અનુભૂતિમાં શો આનંદ થાય ?

સ્વામીજી : શું કહ્યું ? મગજ ખસી જવાથી થાય ? જો, એ અવસ્થા કોઈ રોગમાં થતા સન્નિપાતથી નથી આવતી; તેમ દારૂ કે કોઈ માદક પીણું પીવાથી નથી આવતી, અથવા તો પ્રાણાયામની વિવિધ પ્રકારની ક્રિયા કરવાથી ભ્રમરૂપે નથી આવતી, પરંતુ એક સંપૂર્ણ રીતે તંદુરસ્ત અને મગજ બરાબર ઠેકાણે હોય, તેવા માણસને આવે છે, ત્યારે તમે એમ કેમ કહી શકો ? વળી, આ અનુભવ વેદની સાથે સંપૂર્ણ મેળમાં છે. એ પ્રાચીન આચાર્યો અને અંતઃપ્રેરણાવાળા ઋષિઓની અનુભૂતિની વાણી સાથે બરાબર બંધ બેસે છે.

## અનાસક્ત કઈ રીતે થવું ?

અલગ (અલિપ્ત) થવાની શક્તિના અભાવને કારણે જ આપણાં લગભગ બધાં દુઃખ ઊભાં થાય છે. તેથી એકાગ્રતાની શક્તિની સાથે જ અલગ થવાની શક્તિ પણ કેળવવી જોઈએ, આપણે મનને એક જ વસ્તુ પર પૂરેપૂરું કેન્દ્રિત કરતાં શીખવું જોઈએ એટલું જ નહિ, પણ એક ક્ષણમાં જ તેનાથી વેગળું કરી દઈને બીજી કોઈ વસ્તુ પર લગાડતાંયે આપણને આવડવું જોઈએ. તેને સલામત બનાવવા, તેની પ્રસન્નતા, સૌમ્યતા જાળવવા માટે આ બંને શક્તિઓને સાથે વિકસાવવી જોઈએ.

આ છે મનનો પદ્ધતિસરનો વિકાસ. મારા મત પ્રમાણે કેળવણીનો મર્મ મનની

એકાગ્રતામાં જ રહ્યો છે; હકીકતો એકઠી કરવામાં નહિ. જો મારે મારું શિક્ષણ ફરીથી લેવાનું હોય અને એ પદ્ધતિ મારે પોતે નક્કી કરવાની હોય, તો હું હકીકતોનો મુદ્દલ અભ્યાસ ન કરું; હું તો એકાગ્રતા અને અલિપ્ત થવાની શક્તિ કેળવું અને પછી હું સજ્જ થયેલા (મનરૂપી) સાધન વડે ઇચ્છા મુજબની હકીકતો એકઠી કરું.

આપણે વસ્તુઓ પર આપણા મનને જોડવું જોઈએ, વસ્તુઓ આપણા મનને તેમના પ્રત્યે ખેંચે તેવું ન થવું જોઈએ. જુદી જુદી વસ્તુઓમાં રહેલા, અને જેનો પ્રતિકાર કરી ન શકીએ તેવા આકર્ષણને લઈને આપણા મનને તેમના પર એકાગ્ર થવાની ફરજ પડે છે. મનને કાબૂમાં રાખવું અને જરૂર હોય ત્યાં તેનો ઉપયોગ કરવો - તે માટે ખાસ તાલીમની જરૂર હોય છે.

## મનનો અભ્યાસ કેવી રીતે કરવો ?

નિરંકુશ અને દોરવણી વિનાનું મન આપણને કાયમને માટે નીચે ને નીચે, ઘણે નીચે ખેંચ્યા કરશે, ચીરી નાખશે, મારી નાખશે; જ્યારે સંયમિત અને સારે રસ્તે દોરવાયેલું મન આપણને બચાવશે, મુક્ત કરશે.

કોઈ પણ ભૌતિક વિજ્ઞાનના અભ્યાસ અને પૃથક્કરણ માટે પૂરતા પ્રમાણમાં આધારભૂત, મુદ્દાસર હકીકત મેળવવામાં આવે છે. આ હકીકતોનો અભ્યાસ કરીને તેમનું પૃથક્કરણ કરવામાં આવે છે; પરિણામે તે વિજ્ઞાનનું જ્ઞાન પ્રાપ્ત થાય છે. પરંતુ મનના અભ્યાસ અને પૃથક્કરણ માટે આવા કશા જ આધારભૂત મુદ્દાઓ, તથા સૌને સાંપડી શકે તેવી બહારથી મેળવેલી હકીકતો બિલકુલ હોતી નથી. મનનું પૃથક્કરણ તેના પોતાના દ્વારા જ થાય છે. તેથી સૌથી મહાન વિજ્ઞાન તે મનનું વિજ્ઞાન, મનોવિજ્ઞાન છે.

અંતરના ઊંડાણમાં હોય છે આત્મા; તે છે સાચો માનવ, એટલે કે આત્મા. મનને અંતર્મુખ બનાવીને આત્મા સાથે જોડો; સ્થિરતાની તે જ ભૂમિકા છે, જેના પરથી મનની વિવિધ ગતિવિધિઓનું નિરીક્ષણ કરી શકાય, અને તે બધા માણસોમાં મળી આવે છે.

મનને અંકુશમાં રાખવા માટે અજ્ઞાત મનની અંદર ઊંડા ઊતરવું પડશે. ત્યાં સંગ્રહાયેલ જુદા જુદા સંસ્કારો, વિચારો વગેરેનું વર્ગીકરણ કરીને તેમને વ્યવસ્થિત ક્રમમાં ગૂંથવા જોઈએ, ગોઠવવા જોઈએ, અને તેમના પર અંકુશ રાખવો જોઈએ. આ થયું પહેલું પગથિયું. અચેત મનના કાબૂ દ્વારા તમે જાતે સચેત મન ઉપર કાબૂ મેળવી શકો છો.

## ધ્યાન વિશે વ્યવહારુ સૂચનો

સ્વામી શુદ્ધાનંદ : સ્વામીજી ! ધ્યાનનું સાચું સ્વરૂપ કેવું હોય છે ?

સ્વામીજી : ધ્યાન એટલે એકાદ વિષય પર ચિત્ત કેન્દ્રિત કરવું તે. મન જો કે એક વસ્તુ પર કેન્દ્રિત થઈ શકે, તો તેને ગમે તે પદાર્થ કે વસ્તુ ઉપર કેન્દ્રિત કરી શકાય.

શિષ્ય : શાસ્ત્રોમાં બે પ્રકારનાં ધ્યાનનો ઉલ્લેખ છે : એક વિષય પરનું ધ્યાન, અને બીજું નિર્વિષય ધ્યાન. આ બધાનો શો અર્થ ? બેમાંનું કયું ધ્યાન વધારે ઉચ્ચ ગણાય ?

સ્વામીજી : પહેલાં તો મનમાં એકાદ વિષય કે પદાર્થ રાખીને ધ્યાનનો અભ્યાસ કરાય છે. અગાઉ હું કોઈ કાળા બિંદુ પર મારા મનને કેન્દ્રિત કરતો. છેવટે તે બિંદુ જ જોઈ શકતો નહિ, અથવા તે મારી સામે છે તેનો ખ્યાલ જ ન રહેતો. મનમાં તેનું અસ્તિત્વ રહેતું નહિ, મનની વૃત્તિનો એક પણ તરંગ ઊઠતો નહિ, જાણે કે હવાના લેશ પણ સંચાર વિનાનો પ્રશાંત મહાસાગર ન હોય ! એ અવસ્થામાં ઇંદ્રિયાતીત સત્યોની મને ઝાંખી થતી. તેથી હું માનું છું કે એકાદ તુચ્છ બાહ્ય વિષય પરના ધ્યાનનો અભ્યાસ પણ ચિત્તને એકાગ્રતા તરફ લઈ જાય છે. છતાં એ સત્ય હકીકત છે કે જે વિષય પર મનનું વલણ સહજ રીતે સ્થિર થવાનું હોય, તેના પર જ ધ્યાનનો અભ્યાસ કરવામાં આવે તો મન બહુ સહેલાઈથી શાંત બની જાય છે. આ કારણે જ આપણા દેશમાં દેવ-દેવીઓની મૂર્તિઓની આટલી ઉપાસના થાય છે. મુખ્ય લક્ષણ તો મનને નિષ્ક્રિય બનાવવાનું છે. પણ માણસ એક વિષયમાં પૂર્ણપણે વિલીન ન બને ત્યાં સુધી એ સિદ્ધ થતું નથી – મન નિષ્ક્રિય બનતું નથી.

શિષ્ય : જો મન કોઈ વિષયમાં લીન થઈ તેની સાથે જ તદ્દરૂપ બની જાય તો તે બ્રહ્મનું જ્ઞાન ક્યાંથી આપી શકે ?

સ્વામીજી : બરાબર છે. શરૂઆતમાં મન તે વિષયનું સ્વરૂપ લે છે, પણ પાછળથી તે વિષયનું જ્ઞાન અદ્રશ્ય થઈ જાય છે. ત્યાર પછી તો કેવળ એ શુદ્ધ 'તત્ત્વરૂપ'ની જ અનુભૂતિ રહે છે.

## ઇંદ્રિયાતીત શક્તિઓ

સ્વામીજીએ કહ્યું: 'મનની થોડીએક એકાગ્રતાથી ચમત્કારિક શક્તિઓ મેળવી શકાય છે.' પછી શિષ્ય તરફ જોઈને પૂછ્યું: 'બોલો, તમારે બીજાના વિચારોને જાણતાં શીખવું છે ? ચારપાંચ દિવસમાં જ તે તમને શીખવી દઉં.'

શિષ્ય : મારે તેનો શો ખપ છે ?

સ્વામીજી : કેમ ? બીજા લોકોના મનની વાત જાણી શકશો.

શિષ્ય : બ્રહ્મજ્ઞાનની પ્રાપ્તિમાં મને તે કોઈ રીતે મદદરૂપ થશે ?

સ્વામીજી : જરા પણ નહિ.

શિષ્ય : તો પછી એ વિદ્યા શીખવાની મારે જરૂર નથી.

સ્વામીજી : શ્રીરામકૃષ્ણદેવ તો આવી સિદ્ધિઓની વિરુદ્ધ વાત કરતા. તેમનો ઉપદેશ એવો હતો કે જો મન આવી સિદ્ધિઓને પ્રગટ કરવા તરફ વળે તો તે માણસને પરમ સત્યની પ્રાપ્તિ થઈ શકે નહિ. છતાં માનવમન એટલું નિર્બળ છે કે ગૃહસ્થાશ્રમીઓની વાત બાજુ પર રાખીએ તો પણ નેવું ટકા સાધુઓ પણ આવી સિદ્ધિઓના ઉપાસકો નીકળે છે. પશ્ચિમમાં કોઈ આવા ચમત્કારો જુએ તો લોકો આશ્ચર્યમાં ગરકાવ થઈ જાય છે. શ્રીરામકૃષ્ણદેવે કૃપા કરીને આપણને સમજાવ્યું છે કે આવી સિદ્ધિઓ અનિષ્ટ છે અને ધર્મના માર્ગમાં અડચણરૂપ છે, એટલે જ આપણે તે સમજી શક્યા છીએ. માટે તો શ્રીરામકૃષ્ણદેવના શિષ્યો પૈકી કોઈ પણ તેના પ્રત્યે લક્ષ આપતા નથી, એ તમે જોયું છે ?

## સમાધિનું રહસ્ય

શિષ્ય : નિર્ગુણ બ્રહ્મની અનુભૂતિ અને અતીન્દ્રિય નિર્વિકલ્પ સમાધિની સ્થિતિ પ્રાપ્ત કર્યા પછી, શું અહંના અનુભવ દ્વારા દ્વૈત જગતમાં કોઈ પાછું ફરી જ શકે નહિ ?

સ્વામીજી : શ્રીરામકૃષ્ણ કહેતા હતા કે માત્ર અવતારી પુરુષો જ જગતના કલ્યાણ માટે સમાધિની સ્થિતિમાંથી સામાન્ય ભૂમિકામાં પાછા ફરી શકે છે, સામાન્ય જીવો તેમ કરી શકતા નથી.

શિષ્ય : જ્યારે સમાધિમાં મન લય પામે છે અને ચેતનાની ભૂમિ ઉપર કોઈ તરંગ રહેતો નથી, તો પછી કોઈક માનસિક પ્રવૃત્તિ અગર તો અહંના અનુભવ દ્વારા જગતમાં પાછા ફરવાની શક્યતા પણ ક્યાં રહેશે ? જ્યારે મન જ ન રહે ત્યારે સમાધિમાંથી સાપેક્ષ ભૂમિકાએ કોણ પાછું આવશે અને કેવી રીતે ?

સ્વામીજી : વેદાંતનો નિર્ણય એવો છે કે જ્યારે પૂર્ણ સમાધિસ્થિતિ આવે છે અને બધી વૃત્તિઓનો લય થાય છે, ત્યારે તે સ્થિતિમાંથી પાછું અવાતું નથી. પણ અવતારો જગતના કલ્યાણ અર્થે થોડીએક ઇચ્છાઓ રાખે છે ખરા. તે સાંકળને આધારે તેઓ અતીન્દ્રિય સ્થિતિમાંથી ઇન્દ્રિયગ્રાહ્ય સ્થિતિએ ઊતરી આવે છે.

## ઓજસની શક્તિ

યોગીઓ કહે છે કે મનુષ્યની શક્તિનો જે ભાગ પ્રજનનશક્તિ રૂપે મૈથુનવિચારો રૂપે પ્રગટ થાય છે, તેને જ્યારે રોકીને કાબૂમાં રાખવામાં આવે છે ત્યારે તે સહેલાઈથી ઓજસમાં પરિવર્તન પામે છે. ઓજસ મગજમાં સંઘરાઈ રહેલું છે અને માણસના મગજમાં ઓજસ જેમ વધુ તેમ તે વધુ બળવાન, વધુ બુદ્ધિમાન અને વધુ આધ્યાત્મિક શક્તિવાળો હોય. એક માણસ સુંદર વિચારો રજૂ કરે, પણ તેમનાથી લોકો પર પ્રભાવ નથી પડતો; જ્યારે બીજો એક માણસ બોલે છે તેમાં નથી હોતી સુંદર ભાષા કે નથી હોતા સુંદર વિચારો. છતાં તેના શબ્દોનો પ્રભાવ પડે છે. તેની દરેક ક્રિયા શક્તિથી ભરેલી હોય છે. એ શક્તિ ઓજસની છે.

માત્ર બ્રહ્મચર્ય પાલન કરનાર નર અથવા નારી જ ઓજસને ઊર્ધ્વગામી કરીને તેને મગજમાં સંઘરી શકે છે. એ કારણસર જ બ્રહ્મચર્યને સર્વોચ્ચ સદ્‌ગુણ ગણવામાં આવ્યો છે. એટલા માટે જગતના બધા ધર્મ-સંપ્રદાયોએ જે વિરાટ આધ્યાત્મિક વિભૂતિઓને ઉત્પન્ન કરી છે તે બધાયમાં તમને હંમેશાં જણાશે કે અખંડ બ્રહ્મચર્ય પર ખાસ ભાર મૂકવામાં આવ્યો છે. વિચાર, વાણી અને વર્તનમાં સંપૂર્ણ બ્રહ્મચર્યનું પાલન થવું જોઈએ.

## વિદ્યા ઉપર પ્રભુત્વનું રહસ્ય

થોડા દિવસ અગાઉ મઠ માટે વિશ્વકોશની નવી આવૃત્તિના ગ્રંથો મંગાવવામાં આવ્યા હતા. આ નવાં ચળકતાં પુસ્તકો જોઈને શિષ્યે કહ્યું: 'એક જિંદગી દરમિયાન બધા ગ્રંથો વાંચવા અશક્ય છે.' તેને ખબર ન હતી કે સ્વામીજીએ દસ ભાગ તો વાંચી કાઢ્યા હતા અને અગિયારમો શરૂ કર્યો હતો !

સ્વામીજી : શું બોલ્યા ? આ દસ ભાગમાંથી તમે મને ગમે તે પૂછો; હું બધાના જવાબ આપીશ.

શિષ્યે આશ્ચર્યથી પૂછ્યું: 'આ બધાં પુસ્તક આપે વાચે નાખ્યા છે ?'

સ્વામીજી : નહીં તો હું તમને ગમે તે પૂછવાનું શા માટે કહું ?'

સ્વામીજીની પરીક્ષા કરવામાં આવી ત્યારે તેમણે માત્ર ભાવ સમજાવ્યા, ઉપરાંત કેટલેક ઠેકાણે તો દરેક ભાગમાંથી ચૂંટી કઢાયેલા કઠિન વિષયોની ભાષા પણ જેમની તેમ બોલી બતાવી. આશ્ચર્યચકિત બનેલા શિષ્યે પુસ્તકો પાછાં મૂકતાં કહ્યું: 'આ માનવશક્તિના ગજા બહારની વાત છે.'

સ્વામીજી : તમને તો ખબર છે ને કે કડક બ્રહ્મચર્યના પાલનથી તમામ વિદ્યા ઉપર અલ્પ સમયમાં પ્રભુત્વ મેળવી શકાય છે ? એને પરિણામે એક જ વાર સાંભળેલી કે એક જ વખત જાણેલી વાતની અચૂક સ્મૃતિ માણસમાં રહે છે.

## મનની શક્તિઓ

આ રાજયોગ-વિજ્ઞાન, સૌથી પહેલું તો આપણી અંદરની અવસ્થાઓનું નિરીક્ષણ કરવાનું સાધન આપવા માગે છે. તેનું સાધન મન પોતે જ છે. ધ્યાન-ચિત્તની એકત્ર કરવાની શક્તિને જ્યારે યોગ્ય દોરવણી આપીને અંદરની દુનિયા પર વાળવામાં આવે છે, ત્યારે તે મનનું પૃક્કરણ કરી બતાવે છે, અને હકીકતોને પ્રકાશમાં લાવે છે. મનની શક્તિઓ વિખરાઈ ગયેલાં પ્રકાશનાં કિરણો જેવી છે. જ્યારે તેમને એકાગ્ર અને એકત્ર કરવામાં આવે છે, ત્યારે તે પ્રકાશ આપે છે. જ્ઞાન મેળવવાનું આ એક માત્ર સાધન આપણી પાસે છે.

જગતને ધક્કો મારતાં આપણને આવડે, તેને યોગ્ય રીતે જોઈતો ઘા કરતાં જો આપણને આવડે તો દુનિયા પોતાનાં રહસ્ય ખુલ્લાં કરી દેવા માટે તૈયાર પડી છે. એવા ઘાનું બળ અને વેગ આવે છે, એકાગ્રતામાંથી; માનવમનની શક્તિને કોઈ સીમા નથી. જેમ જેમ તે વધુ એકાગ્ર થાય છે, તેમ તેમ તેની શક્તિ એક કેન્દ્ર પર વધુ ને વધુ એકાગ્ર કરી શકાય છે. અને એ એનું રહસ્ય છે.

## ચમત્કાર - પ્રસિદ્ધિ

યોગની આ સાધનાપદ્ધતિઓમાં જે કંઈ ગુહ્ય અને રહસ્યમય કહેવામાં આવે તેનો તાબડતોબ ત્યાગ કરવો. સામર્થ્ય એ જીવનમાં ઉત્તમમાં ઉત્તમ ભોમિયો છે. બીજી બધી બાબતોની પેઠે ધર્મના ક્ષેત્રમાં પણ જે કંઈ તમને નબળા બનાવે તે બધાનો ત્યાગ કરો, તેની સાથે સંબંધ ન રાખો. રહસ્યમયતાનો શોખ મનુષ્યના મગજને નબળું બનાવે છે. યોગવિદ્યા કે જે એક ભવ્યમાં ભવ્ય વિજ્ઞાન છે, તેનો રહસ્યમયતાએ લગભગ નાશ કરી નાખ્યો છે.

## મધ્યમ માર્ગને અનુસરો

યોગી થવા ઇચ્છનારે વિલાસિતા અને ઘોર તપસ્યા એ બે અતિશયતાઓથી દૂર રહેવું. તેણે બિલકુલ નિરાહાર ન રહેવું તેમજ શરીરને અતિ કષ્ટ ન આપવું. ગીતા કહે છે કે જે એમ કરે છે તે યોગી થઈ શકતો નથી; જે અતિશય ખાય, કે જે બિલકુલ ન ખાય, જે ઉજાગરા કરે, કે જે અતિશય ઊંઘ્યા કરે, જે બહુ કામ કર્યા કરે, તેમજ જે બિલકુલ કામ ન કરે, આમાંનો કોઈપણ યોગી થઈ ન શકે.

## રાજ-માર્ગ

રાજયોગનું વિજ્ઞાન માનવજાતિ સમક્ષ આ સત્યના માર્ગે પહોંચવા માટેની વ્યવહારુ અને વિજ્ઞાનની રીતે સિદ્ધ થયેલી પદ્ધતિ રજૂ કરવા માગે છે. પ્રથમ તો દરેક વિદ્યાની તેની પોતાની શોધ પરીક્ષણ કરવાની પદ્ધતિ હોવી જોઈએ. જો ખગોળવેત્તા થવું હોય તો બેઠા બેઠા 'ખગોળવિદ્યા !' 'ખગોળવિદ્યા !' એમ બૂમો પાડવાથી ખગોળવિદ્યા કદી આવડવાની નથી. રસાયણવિદ્યા વિષે પણ તેમજ સમજવું. તે માટે કોઈ એક ચોક્કસ પદ્ધતિને અનુસરવું જોઈએ. રસાયણશાસ્ત્રી થવા માટે પ્રયોગશાળામાં જવું જોઈએ, જુદાં જુદાં દ્રવ્યો હોવાં જોઈએ, તેમની મેળવણી કરવી જોઈએ, તેમને વાટીઘૂંટીને એકરસ કરવાં જોઈએ, તેમના પર પ્રયોગ કરવા જોઈએ, એ બધું કરતાં કરતાં રસાયણવિદ્યાનું જ્ઞાન મળે. જો ખગોળવેત્તા થવું હોય તો વેધશાળામાં જવું જોઈએ, ત્યારે ખગોળવેત્તા થવાય. દરેક વિજ્ઞાનને તેની પોતાની એક આગવી પદ્ધતિ હોવી જોઈએ. હું તમને ભલે હજારો ધાર્મિક વ્યાખ્યાનો આપું, પણ જ્યાં સુધી તમે એ પદ્ધતિ પ્રમાણે સાધના ન કરો ત્યાં સુધી એ પ્રવચનોથી તમે ધાર્મિક બનવાના નથી.

## ધ્યાનનો પ્રભાવ

રાતદિવસ બ્રહ્મનો જ વિચાર અને તેનું જ ધ્યાન કરો. મનની તીવ્ર એકાગ્રતાથી ધ્યાન કરો અને બાહ્ય જગતમાં જાગ્રતિને સમયે બીજા માટે કંઈક કામ કરો, અથવા મનમાં જપો : 'જીવોનું અને જગતનું કલ્યાણ થાઓ, સૌનું મન બ્રહ્મ તરફ વહો !' આવા સતત વિચાર પ્રવાહથી જગતને પણ લાભ થશે. દુનિયામાં કંઈ પણ શુભ (કર્મ) નિષ્ફળ જતું નથી, પછી તે કાર્ય હોય કે વિચાર હોય. સંભવ છે કે તમારા વિચારપ્રવાહો કદાચ અમેરિકામાં પણ કોઈકની ધર્મભાવના જાગ્રત કરે.

## ધ્યાનની પળોમાં

એક જ વસ્તુ ઉપર મનને સ્થિર રાખવું જોઈએ. સામાન્ય માણસનું મન જુદી જુદી વસ્તુઓમાં વેરવિખેર થઈ ગયેલું હોય છે; ધ્યાન કરતી વખતે પણ પ્રથમ તો મન ભટકવાનો પ્રયાસ કરે છે. પણ મનમાં ભલે ગમે તે ઇચ્છા ઉદ્‌ભવે, તમારે શાંત બેસી રહેવું અને કેવા વિચારો આવે છે, તે જોયા કરવું. આ પ્રમાણે મન ઉપર સતત દૃષ્ટિ રાખવાથી તે શાંત થાય છે. પછી તેમાં વિચાર-તરંગો ઊઠતા નથી. જે બાબતો અંગે તમે અગાઉ ઊંડો વિચાર કર્યો હોય છે તે બધી તેમાં રહેલ, વિચાર-તરંગો એક સુપ્ત મનના પ્રવાહનું સ્વરૂપ લે છે, અને તેથી ધ્યાન વખતે તે મનમાં જાગી ઊઠે છે.

ધ્યાન દરમિયાન આ તરંગો કે વિચારોનો ઉદ્દભવ એ સૂચવે છે કે તમારું મન એકાગ્રતા તરફ આગળ વધે છે. કવચિત્ મન અમુક ચોક્કસ ભાવો ઉપર એકાગ્ર થાય છે, તેને સવિકલ્પ એટલે કે સ્પંદનરહિત સમાધિ કહેવામાં આવે છે; પરંતુ જ્યારે મન લગભગ બધી પ્રવૃત્તિઓમાંથી મુક્ત થાય છે, ત્યારે તે અનંત જ્ઞાનના સારભૂત સપ્રતિષ્ઠ અંતરાત્મામાં વિલીન થઈ જાય છે. આને સર્વ પ્રવૃત્તિઓમાંથી મુક્તિરૂપ નિર્વિકલ્પ સમાધિ કહેવાય છે. આવી બંને પ્રકારની સમાધિ વારંવાર શ્રીરામકૃષ્ણદેવમાં અમે જોઈ છે. આ સ્થિતિએ પહોંચવા તેઓને કંઈ ખાસ પ્રયાસ કરવો પડતો નહિ; તે એક અદ્ભુત ઘટના હતી. તેમને જોવાથી જ આ બધી વસ્તુઓ અમે સાચી રીતે સમજતા થયા છીએ.

## ઊર્મિઓ અને ધ્યાન

સ્વામીજી : દરરોજ એકલા ધ્યાન કરો; બધુંય આપોઆપ ખુલ્લું થઈ જશે. ધ્યાન કરતી વખતે ઊર્મિઓને તદ્દન દાબી દેવી. તેઓ ભયનું મોટામાં મોટું કારણ છે. જે લોકો ઊર્મિશીલ છે તેમની કુંડલિની ઝડપથી ઉપર ધસી આવે છે ખરી, પણ જેટલી ઝડપથી તે ચડે છે તેટલી જ ઝડપથી તે નીચે ઊતરી આવે છે, અને જ્યારે તે ઊતરી જાય છે, ત્યારે સાધકનું સત્યાનાશ કરી નાખે છે. આ કારણને લીધે જ કીર્તનો અને બીજાં ઊર્મિલતા ઉત્પન્ન કરનારાં સાધનોમાં આ એક મોટી ખામી છે. ક્ષણિક ઊભરામાં નાચવા-કૂદવાથી તે શક્તિ ઉપર ચડે છે, પણ તે કદી ત્યાં સ્થિર થઈ ટકતી નથી; ઊલટાની તે જ્યારે પોતાને માર્ગે પાછી વળે છે ત્યારે માણસમાં ભયંકર કામવૃત્તિ ઉત્પન્ન કરે છે. ધ્યાન અને એકાગ્રતાના એકધારા અભ્યાસને અભાવે જ આમ બને છે.

શિષ્ય : સ્વામીજી ! કોઈપણ શાસ્ત્રમાં આવાં આધ્યાત્મિક સાધનોનાં રહસ્ય મેં કદી વાંચ્યાં નથી. આજ મેં ઘણી નવી વાતો સાંભળી.

સ્વામીજી : શું તમે એમ ધારો છો કે આધ્યાત્મિક સાધનોનાં બધાં રહસ્યો શાસ્ત્રમાં લખેલાં હોય છે ? આ બધાં તો ગુરુશિષ્ય પરંપરાથી ગુપ્ત રીતે મળતાં આવે છે. એક પણ દિવસ ખાલી જવો જોઈએ નહીં. જો તમારે અગત્યનું કામ હોય તો પણ ઓછામાં ઓછી પંદર મિનિટ માટે આ અભ્યાસ કરજો. વત્સ ! એકધારી ભક્તિ સિવાય લક્ષ્યને પહોંચી શકાય ખરું ?

## તમારી જિંદગીનો જાતે અભ્યાસ કરો

મનને સંયમમાં રાખો. ઇંદ્રિયોને તેના વિષયોથી અલગ પાડી દો, એટલે તમે યોગી બનશો; બીજું બધું ત્યાર પછી આવશે. સાંભળવાનું, જોવાનું, સૂંઘવાનું, ચાખવાનું,

બધું અટકાવો; બહારની ઇંદ્રિયોમાંથી મનની શક્તિ ખેંચી લો. આમ તો જ્યારે તમારું મન કશામાં એકદમ તલ્લીન થઈ ગયું હોય ત્યારે અજાણપણે તમે નિરંતર તેમ કર્યા જ કરો છો, તે જ પ્રમાણે તમે સભાનપણે પણ તેમ કરવાનું શીખી શકો. મન પોતાને ઠીક પડે ત્યાં ઇંદ્રિયોને લગાડી શકે છે. શરીર દ્વારા કર્મ કરવાની આપણને ફરજ પડે છે, એ મુખ્ય વહેમને દૂર કરો; આપણને તેમ નથી કરવું પડતું. તમે તમારા ઓરડામાં એકાંતમાં બેસો અને તમારા પોતાના આત્મામાંથી ઉપનિષદો બહાર કાઢો, દુનિયામાં કદી બન્યો હોય કે ભવિષ્યમાં બનવાનો હોય એવો મહાનમાં મહાન ગ્રંથ તમે જ છો. જે કાંઈ છે તે બધાના અનંત ભંડાર તમે છો. જ્યાં સુધી અંદરનો ગુરુ પ્રગટે નહીં ત્યાં સુધી બહારનો બધો ઉપદેશ વ્યર્થ છે.

જ્યાં સુધી આપણો પોતાનો ગ્રંથ ઊઘડે નહીં, ત્યાં સુધી અન્ય ગ્રંથો નકામા છે. ત્યાર પછી તેટલા પ્રમાણમાં બીજા બધા ગ્રંથ સાચા છે. બળવાન હોય, તે બળને સમજી શકે. સિંહની શક્તિ હાથી સમજી શકે, ઉંદર નહિ. જ્યાં સુધી આપણે ઈશુની સમાન ન થઈએ ત્યાં સુધી આપણે ઈશુને કેમ કરીને સમજી શકીએ ? ભવ્યતા જ ભવ્યતાની કદર કરે; ઈશ્વર જ ઈશ્વરને સમજે.

આપણે જ જીવંત ગ્રંથો છીએ, અને ગ્રંથો તો આપણે બોલ્યા છીએ તે શબ્દો માત્ર છે. બધી વસ્તુઓ જીવંત ઈશ્વર છે, જીવંત ઈશુ છે, તેવા રૂપે તે સર્વ જુઓ. મનુષ્યને વાંચો; તે જીવંત કાવ્ય છે. જે થઈ ગયા છે તે બધા બુદ્ધો, ઈશુઓ અને બાઈબલોને પ્રકાશિત કરનાર જ્યોતિ આપણે છીએ, એ જ્યોતિ વિના તેઓ આપણે માટે મરેલાં હોત, જીવંત નહીં.

## અષ્ટાંગ યોગ

યોગને અષ્ટાંગ યોગ તરીકે ઓળખવામાં આવે છે, કારણ કે તેને આઠ મુખ્ય અંગોમાં વહેંચવામાં આવેલ છે. તે અંગો નીચે પ્રમાણે છે :

પ્રથમ અંગ : યમ. આ સૌથી વધુ અગત્યનું અંગ છે અને સમસ્ત જીવનને એના પ્રમાણે ચલાવવાનું છે. તેના પાંચ વિભાગ છે.

પહેલો : અહિંસા; મન, વાણી અને ક્રિયાથી કોઈને પીડા કરવી નહિ.

બીજો : અસ્તેય; મન, વાણી અને ક્રિયાથી દ્રવ્યનો લોભ રાખવો નહિ.

ત્રીજો : બ્રહ્મચર્ય; મન, વાણી અને ક્રિયાથી સંપૂર્ણ ઇંદ્રિયસંયમ.

ચોથો : સત્ય; મન, વચન ને ક્રિયાથી સંપૂર્ણ સત્યનું પાલન કરો.

પાંચમો : અપરિગ્રહ; અન્ય પાસેથી કંઈ પણ વસ્તુનો સ્વીકાર ન કરવો.

દ્વિતીય અંગ : નિયમ. શારીરિક શુદ્ધિ, નિત્યસ્નાન, આહારશુદ્ધિ ઈત્યાદિ.

તૃતીય અંગ : આસન. બેસવાનો પ્રકાર. નિતંબ, ખભા, અને માથું સીધાં રાખવાં જોઈએ, કરોડને મુક્ત રાખવી.

ચતુર્થ અંગ : પ્રાણાયામ. શ્વાસોચ્છ્વાસનું નિયમન.

(પ્રાણ અને જીવનશક્તિ પર કાબૂ મેળવવા માટે)

પંચમ અંગ : પ્રત્યાહાર. મનને અંતર્મુખ કરીને તથા તેને બહાર જતું અટકાવીને તેની અંદર રહેલા વિષયને સમજવા માટે તેને ઘોળ્યા કરવો.

ષષ્ટ અંગ : ધારણા. એક વિષય પર મનની એકાગ્રતા.

સપ્તમ અંગ : ધ્યાન.

અષ્ટમ અંગ : સમાધિ. અંતઃપ્રકાશ, આપણા સર્વપ્રયાસોનું ધ્યેય.

જેને રાજયોગ દ્વારા ઈશ્વરનો સાક્ષાત્કાર કરવો છે તે માનસિક, નૈતિક અને આધ્યાત્મિક રીતે બળવાન હોવો જોઈએ. એ દિશાના પ્રકાશમાર્ગમાં પગલું ભરો.

## પૂર્વ તૈયારી

વ્યક્તિત્વના વિકાસ માટે આ પાઠ છે. પ્રત્યેકના વ્યક્તિત્વને ઘડવાની જરૂર છે. સૌ કોઈ કેન્દ્રમાં એકત્રિત થશે. 'કલ્પનાશક્તિ એ પ્રેરણાનું દ્વાર છે, અને સઘળા વિચારનો આધાર છે.' બધા અવતારી પુરુષો, કવિઓ અને શોધકોમાં મહાન કલ્પનાશક્તિ હતી. પ્રકૃતિનું સ્પષ્ટીકરણ આપણી અંદર રહેલું છે. પથ્થર બહાર પડે છે, પરંતુ ગુરુત્વાકર્ષણનો સિદ્ધાંત આપણી અંદર રહેલો છે, બહાર નહિ.

જે લોકો અતિ આહાર કરે છે; અથવા અતિ અલ્પ આહાર કરે છે, અતિ નિદ્રા લે છે કે અતિ અલ્પ નિદ્રા લે છે, તેઓ યોગી થઈ શકે નહિ. અજ્ઞાન, ચંચળતા, ઈર્ષ્યા, આળસ, અતિશય આસક્તિ એ યોગાભ્યાસની સફળતાના મોટા શત્રુઓ છે.

ત્રણ અતિ આવશ્યક વસ્તુઓ નીચે પ્રમાણે છે :

પહેલી : પવિત્રતા; શારીરિક અને માનસિક. દરેક પ્રકારની અપવિત્રતા, જે કાંઈ મનને અવનત કરે, તે સર્વનો ત્યાગ કરવો જોઈએ.

બીજી : ધૈર્ય; પ્રારંભમાં અદ્ભુત અનુભૂતિઓ થશે, પણ તે બધી નિવૃત્ત થઈ જશે. કઠિનમાં કઠિન સમય આ છે, પણ તેને મક્કમ રીતે વળગી રહો. જો તમારામાં ધૈર્ય હશે, તો અંતે સફળતા ચોક્કસ છે.

ત્રીજી : ખંત; સારી કે નરસી ગમે તેવી પરિસ્થિતિમાં, સાજા હો કે માંદા હો, છતાં ખંતપૂર્વક વળગી રહો; અભ્યાસમાં એક દિવસનો અંતરાય પાડો નહિ.

## મન અને તેનાં વિવિધ પાસાં

મન અથવા અંતઃકરણના ચાર પ્રકાર છે :

પહેલો : મન, એટલે મનન અથવા ચિંતન કરનારી શક્તિ. તેના પર નિયમન ન હોવાને કારણે સામાન્ય રીતે લગભગ સાવ વ્યર્થ જાય છે. જો યોગ્ય રીતે તેનું નિયમન કરવામાં આવે, તો તે અદ્‌ભુત શક્તિ છે.

બીજો : બુદ્ધિ, એટલે કે ઇચ્છાશક્તિ (ક્યારેક તેને મેધા કહે છે.)

ત્રીજો : અહંકાર, એટલે કે જેનાથી 'હું' એવી ભાવના ઉત્પન્ન થાય છે તે. ('અહમ્'માંથી)

ચોથો : ચિત્ત, એટલે કે જે પદાર્થમાં અને જેના દ્વારા અંતરની સર્વ શક્તિઓ ક્રિયા કરે છે, જાણે કે મનનું તળિયું અથવા તો જેમાં અંતરની વિવિધ શક્તિઓ તરંગો રૂપે રહેલી છે એવો સાગર.

યોગ એવું વિજ્ઞાન છે કે જેના વડે આપણે ચિત્તને વિવિધ વૃત્તિઓનું રૂપ ધારણ કરતું અથવા તેમાં રૂપાંતર પામતું રોકીએ છીએ. જેવી રીતે સમુદ્ર ઉપરનું ચંદ્રનું પ્રતિબિંબ તરંગો દ્વારા ટુકડે ટુકડા થઈ જાય છે કે ચિરાઈ જાય છે, તેવી રીતે સત્યરૂપી આત્માનું પ્રતિબિંબ ચિત્તમાં ઊઠતી વૃત્તિઓ રૂપી તરંગો દ્વારા તૂટી જાય છે. માત્ર જ્યારે સમુદ્ર અરીસા જેવો શાંત હોય, ત્યારે જ ચંદ્રનું પ્રતિબિંબ ત્યાં જોઈ શકાય. તેમ માત્ર જ્યારે સંયમ વડે ચિત્ત સંપૂર્ણ શાંત થઈ જાય ત્યારે જ આત્માની અનુભૂતિ થાય.

## નિર્જન સ્થળે એકાંતમાં ધ્યાન કરો

આપણી બહાર ઈશ્વર શોધવો અશક્ય છે. આપણી બહાર જે બધી દિવ્યતા રહેલી છે તેને દિવ્યતા આપનાર આપણો પોતાનો આત્મા જ છે. આપણે જ મહાનમાં મહાન મંદિરો છીએ. બાહ્યને જ્ઞેયરૂપ આપવું, તે આપણી પોતાની અંદર જ જે જોઈએ છીએ તેનું એક ઝાંખું પ્રતીક માત્ર છે.

આપણને ઈશ્વરસાક્ષાત્કારમાં સહાયક થાય એવું એકમાત્ર સાધન તે મનની શક્તિઓની એકાગ્રતા છે. જો તમે તમારા આત્માને જાણો, તો તમે ભૂતકાળના, વર્તમાનના અને ભવિષ્યના સર્વ આત્માઓને જાણી શકશો. એકાગ્ર થયેલું મન આપણા આત્માના દરેકે દરેક ખૂણાને અજવાળીને બતાવનારો દીપક છે.

સત્ય પક્ષપાતી ન હોઈ શકે; તે સૌના ભલા માટે છે. છેવટે, એકદમ ધીર સ્થિર અને શાંત થઈને તેનું નિદિધ્યાસન કરો, તમારા મનને તેના ઉપર એકાગ્ર કરો. તેની સાથે એક બનો. પછી કશું બોલવાની જરૂર નહીં રહે; મૌન જ સત્યની પ્રતીતિ કરાવશે. વાતોમાં તમારી શક્તિનો વ્યય ન કરો, પણ એકાંતમાં મૌનપૂર્વક ધ્યાન કરો; બહારની દુનિયાની ધમાલને તમારાથી દૂર રાખો, જેથી તે તમને ખલેલ ન પહોંચાડે. જ્યારે તમારું મન સર્વોચ્ચ અવસ્થામાં હશે ત્યારે તમને તેનું ભાન નહીં હોય. મૌન જાળવીને શક્તિ મેળવો. અને આધ્યાત્મિક શક્તિના ઉત્પાદક યંત્ર (ડાયનેમો) બનો.

## ધ્યાન : વેદાંતની પદ્ધતિ

### ઈશ્વર શા માટે ?

અનેકવાર મને પૂછવામાં આવ્યું છે કે, 'તમે પેલો જૂનો પુરાણો શબ્દ ઈશ્વર શા માટે વાપરો છો ?' એ શબ્દ હું એટલા માટે વાપરું છું કે આપણા હેતુને માટે તે એક જ શબ્દ ઉત્તમમાં ઉત્તમ છે; એનાથી વધુ સારો શબ્દ તમને નહિ મળે; કારણ કે માનવ-જાતની સઘળી આશાઓ, આકાંક્ષાઓ અને સુખ એ શબ્દમાં કેન્દ્રિત થયેલાં છે. હવે એ શબ્દને બદલાવવો અશક્ય છે. જે ઋષિઓએ આવા શબ્દોની અંદરના ભાવનો પ્રથમ સાક્ષાત્કાર કર્યો અને તેમનો અર્થ સમજ્યા, તેમણે તે ઘડયા છે, પરંતુ એ શબ્દો સમાજમાં પ્રચલિત થાય, એટલે અજ્ઞાની લોકો પણ એ શબ્દોને વાપરવા માંડે છે અને પરિણામ એ આવે કે એ શબ્દો પોતાનો ભાવ અને મહત્ત્વ ગુમાવી બેસે છે. ઈશ્વર શબ્દ અનાદિ કાળથી વપરાતો આવ્યો છે. આ સમષ્ટિ બુદ્ધિ તથા જે કંઈ મહાન અને પવિત્ર છે, તે સર્વનો તેની સાથે સંબંધ રહેલો છે. શું તમે એમ કહેવા માગો છો કે અમુક મૂર્ખ માણસ કહે છે કે એ બરાબર નથી માટે આપણે તે શબ્દ ફેંકી દેવો ? તો તો બીજો કોઈ આવીને કહેશે કે, 'મારો શબ્દ સ્વીકારો,' ત્રીજો કહેશે કે 'મારો શબ્દ અપનાવો' એ રીતે તો મૂર્ખાઈભર્યા શબ્દોનો પાર નહિ રહે. માટે જે છે તે શબ્દ જ વાપરો; માત્ર તેના સાચા અર્થમાં તે વાપરો. તેને વળગેલા વહેમભર્યા ખ્યાલો કાઢી નાખો; અને આ મહાન પ્રાચીન શબ્દનો શો અર્થ છે તે પૂરેપૂરો આત્મસાત્ કરો.

### વેદાંતમાં ઈશ્વરની વિભાવના

વેદાંતનો ઈશ્વર શું છે ? તે સિદ્ધાંત છે, તત્ત્વ છે, વ્યક્તિ નહીં. તમે અને હું સૌ વ્યક્તિરૂપ ઈશ્વરો છીએ. વિશ્વનો નિર્વિશેષ ઈશ્વર, આ વિશ્વનો સર્જક, પાલક અને સંહારક-વ્યક્તિત્વરહિત તત્ત્વ છે. તમે, હું, બિલાડી, ઉંદર, રાક્ષસ, ભૂત આ સર્વ

ઈશ્વરની અભિવ્યક્તિઓ છીએ. આપણે બધાં વ્યક્તિરૂપ ઈશ્વરો છીએ. તમે વ્યક્તિરૂપ ઈશ્વરની ઉપાસના કરવા માગે છો, તે તમારી પોતાની જ ઉપાસના છે. તમે જો મારી શિખામણ માનો તો કદી કોઈ દેવળમાં જતા નહિ, ગયા હો તો બહાર આવી ઘેર જઈને નાહી નાખજો. યુગયુગાંતરથી તમને વળગી રહેલા સઘળા વહેમો નીકળી ન જાય ત્યાં સુધી તમારી જાતને વારંવાર સાફ કરો.

ઘણીવાર મને પૂછવામાં આવે છે કે ‘તમે આટલું બધું હસો છો શા માટે ? આટલી બધી મજાક ઉડાવો છો શા માટે ?’ હા, કેટલીકવાર હું ગંભીર બની જાઉં છું, જ્યારે મારા પેટમાં દુખતું હોય ત્યારે. ઈશ્વર તો પૂર્ણ આનંદસ્વરૂપ છે. વિશ્વમાં જે કંઈ છે તેની પાછળનું મંગલ સ્વરૂપ તે છે, તેની પાછળનું સત્ય તે છે. તમે ઈશ્વરના અવતારો છો, ગૌરવ લેવા જેવી બાબત તો એ છે. તમે જેટલા ઈશ્વરની સમીપ હશો તેટલા પ્રમાણમાં તમારે માટે રડવાના કે શોક કરવાના પ્રસંગ ઓછા આવશે. ઈશ્વરથી આપણે જેટલા દૂર હોઈશું તેટલી સોગિયાં ડાચાં કરવાની વેળા વધુ આવશે. આપણને ઈશ્વરનું જેટલું વધારે જ્ઞાન થાય, તેટલું દુઃખ વધારે નાશ પામે.

ઈશ્વર તો અનંત, વ્યક્તિત્વરહિત તત્ત્વ છે, સદા વિદ્યમાન, પરિવર્તનરહિત, મૃત્યુરહિત, ભયરહિત છે. અને તમે સૌ ઈશ્વરના અવતાર છો, ઈશ્વરની પ્રતિકૃતિઓ છો. આ છે વેદાંતનો ઈશ્વર, અને એ ઈશ્વરનું સ્વર્ગ સર્વત્ર છે.

### આત્મસાક્ષાત્કારનું ધ્યેય અને તેની પદ્ધતિઓ

જેમ દરેક વિજ્ઞાનની પોતાની આગવી રીતો હોય છે, તેમ દરેક ધર્મની પણ આગવી રીત હોય છે. ધર્મનું ધ્યેય પ્રાપ્ત કરવાની પદ્ધતિને અમે ‘યોગ’ કહીએ છીએ, અને યોગનાં જે જુદાં જુદાં સ્વરૂપોનો અમે ઉપદેશ આપીએ છીએ તે મનુષ્યના જુદા જુદા સ્વભાવો અને મિજાજોને અનુરૂપ વિચાર્યા હોય છે. અમે તેમનું નીચે પ્રમાણે ચાર વિભાગોમાં વર્ગીકરણ કરીએ છીએ :

(૧) કર્મયોગ એટલે કર્મો અને ફરજો દ્વારા પોતાની દિવ્યતાનો સાક્ષાત્કાર કરવો.

(૨) ભક્તિયોગ એટલે સગુણ ઈશ્વર પ્રત્યેનાં પ્રેમ અને ભક્તિ દ્વારા દિવ્યતાનો સાક્ષાત્કાર.

(૩) રાજયોગ એટલે મનના સંયમ દ્વારા દિવ્યતાનો સાક્ષાત્કાર.

(૪) જ્ઞાનયોગ એટલે જ્ઞાન દ્વારા માણસની પોતાની દિવ્યતાનો સાક્ષાત્કાર.

એક જ ધ્યેયબિંદુ, ઈશ્વર સાક્ષાત્કાર સુધી પહોંચવા માટે આ બધા વિવિધ માર્ગો છે.

## પ્રકાશ માટે પ્રાર્થના કરો

પ્રકાશ માટે પ્રાર્થના કરો. પછી બેઠા બેઠા દસ કે પંદર મિનિટ સુધી આ પ્રમાણે ધ્યાન કરો :

ૐ તત્સવિતુર્વરેણ્યમ્ ભર્ગો દેવસ્ય ધીમહિ । ધિયો યો નઃ પ્રચોદયાત્ ॥

'આ વિશ્વના સર્જનહારના પવિત્ર તેજનું હું ધ્યાન ધરું છું; મારા મનમાં તે પ્રકાશ આપો.'

તમારા યોગના અનુભવો તમારા ગુરુ સિવાય કોઈને પણ કહો નહીં.

બને તેટલું ઓછું બોલો.

સદ્‌ગુણોનું ચિંતન કરો : આપણે જેવા વિચારો કરીએ તેવા બનવા તરફ આપણું વલણ થાય છે.

પવિત્ર વસ્તુનું ધ્યાન સર્વ માનસિક અશુદ્ધિઓને બાળી નાખવામાં સહાયક થાય છે.

## સંમોહન દૂર કરો

બધા ધર્મોએ 'ધ્યાન' ઉપર ભાર મૂક્યો છે. મનની ધ્યાનાવસ્થાને યોગીઓ મનની સર્વોચ્ચ અવસ્થા કહે છે. મન જ્યારે બાહ્ય પદાર્થનો અનુભવે કરે છે ત્યારે તે તેની સાથે તદાકાર થઈ જાય છે, પોતાને ભૂલી જાય છે. એક પ્રાચીન તત્ત્વજ્ઞાનીએ આપેલી ઉપમા પ્રમાણે મનુષ્યનો આત્મા પોતે એક સ્ફટિકના જેવો શુદ્ધ છે; પરંતુ નજીક જે કંઈ હોય તેનો રંગ તે લે છે. જેના જેના સંપર્કમાં આત્મા આવે છે તેના રંગથી તે રંગાય છે. મુશ્કેલી એ છે કે બંધન એમાંથી ઊભું થાય છે. રંગ એટલો પાકો લાગે છે કે સ્ફટિક પોતાને વીસરી જઈને રંગની સાથે તદ્‌રૂપ થઈ જાય છે. ધારો કે સ્ફટિકની પાસે એક લાલ ફૂલ પડેલ છે; તો સ્ફટિક તે રંગ ગ્રહણ કરે છે. પોતાને ભૂલી જાય છે અને માને છે કે પોતે લાલ છે. આપણે શરીરનો રંગ ગ્રહણ કર્યો છે અને ભૂલી ગયા છીએ કે આપણે શું છીએ. પછી જ બધી મુશ્કેલીઓ ઊભી થાય છે, તેનું મૂળ છે આ મડદાં જેવું શરીર. આપણી બધી બીક, બધી ચિંતાઓ, ઉપાધિઓ, મુશ્કેલીઓ, ભૂલો, નબળાઈઓ, અનિષ્ટો વગેરે બધું આપણે 'શરીર છીએ' એમ માનવાની એકમાત્ર મોટી ભૂલમાંથી ઊભું થાય છે.

ધ્યાનનો અભ્યાસ ખંતથી કરવામાં આવે તો પરિણામે, સ્ફટિકને ખબર પડે કે પોતે શું છે, એટલે સ્ફટિક પોતાનો જ રંગ પાછો ધારણ કરે છે. બીજી કોઈપણ બાબત કરતાં ધ્યાન આપણને સત્યની વધુ નજીક લાવે છે.

## અહીં અને અત્યારે

એક વીણા મળે, અને પછી તમે ધીરે ધીરે આરામ કરો એની રાહ ન જુઓ. વીણા લઈને તમે શરૂ જ શા માટે ન કરો ? સ્વર્ગે જવાની વાટ શા માટે જુઓ છો ? અહીં જ સ્વર્ગ બનાવો.

જો આપણે ઈશ્વરને ન જોઈએ તો મોઝીઝે ઈશ્વરને જોયો તે આપણે કેમ સમજી શકીએ ? જો ઈશ્વર કોઈકને પણ કદી મળ્યો હોય તો તે મને પણ મળે જ. હું સીધે સીધો ઈશ્વર પાસે જઈશ; મને તેની સાથે વાત કરવા દો. હું કોઈ માન્યતાને ભૂમિકા તરીકે નહિ સ્વીકારું; તે તો નિરીશ્વરવાદ અને ઈશ્વરનિંદાનું પાપ થાય. જો ઈશ્વર બે હજાર વર્ષ પૂર્વે અરબસ્તાનના રણમાં એક મનુષ્ય સાથે બોલ્યો હોય તો તે આજે મારી સાથે પણ બોલે જ; નહિ તો ઈશ્વર મરી નથી ગયો તે હું કેમ જાણી શકું ? તમારાથી બને તે રસ્તે ઈશ્વર તરફ આવો; માત્ર તમે આવો, પણ આવતાં આવતાં કોઈને ધક્કો મારીને પાડી ન દો.

## રાણી મદાલસાનું હાલરડું

પૂર્વે એક હિન્દુ રાણી હતી. તેને એવી ઇચ્છા થઈ કે પોતાનાં બધાં જ સંતાનો આ જીવનમાં મુક્તિ મેળવે. આથી તે જાતે બધાંની સંભાળ લેવા લાગી. તેમને સુવાડતી વખતે તે તેમની આગળ 'તત્ત્વમસિ'- 'તે તું છો, તે તું છો'નું હાલરડું ગાતી. તેમાંના ત્રણ સંન્યાસી બની ગયા. પણ ચોથાને ઉછેરવા માટે અન્ય સ્થળે લઈ જવામાં આવ્યો હતો, કારણ કે તેને રાજા બનાવવો હતો. જ્યારે તેને લઈ જતા હતા ત્યારે માતાએ તેને એક કાગળનો ટુકડો લખીને આપ્યો; એ કાગળ તેણે મોટો થયા પછી વાંચવાનો હતો. આ કાગળની ચબરખી ઉપર લખ્યું હતું : 'ઈશ્વર એક જ સત્ય છે. બીજું બધું મિથ્યા છે. આત્મા કદીય હણાતો નથી કે હણતો નથી. કાં એકલો રહેજે અગર સાધુના સત્સંગમાં રહેજે.' જ્યારે તે રાજકુમારે યુવાન થયા પછી તે વાંચ્યું, ત્યારે તેણે પણ દુનિયાનો ત્યાગ કર્યો, અને સંન્યાસી થઈ ગયો.

## બે પક્ષીઓની વાર્તા

સમગ્ર વેદાંત ફિલસૂફીનો સાર નીચેની વાર્તામાં આવી જાય છે : સુવર્ણ રંગી પીંછાવાળાં બે પક્ષીઓ એક જ વૃક્ષ પર બેઠાં હતાં. ઉપરનું પક્ષી ગંભીર, ભવ્ય અને પોતાના મહિમામાં મગ્ન હતું, જ્યારે બીજું નીચેનું અસ્વસ્થ હતું અને વૃક્ષનાં ક્યારેય મીઠાં તો ક્યારેક કડવાં ફળ ખાવામાં મગ્ન હતું. એક વખતે તેણે અસાધારણ કડવું ફળ

ખાધું અને જરા દુઃખી થઈને, અટકીને, તેણે પેલા ઉપરના ભવ્ય પક્ષી તરફ જોયું; પણ પાછું તરત તે આ ઉપરના પક્ષીને ભૂલી ગયું, અને અગાઉની માફક વૃક્ષનાં ફળ ખાવા લાગી ગયું. વળી પાછું તેણે એક કડવું ફળ ખાધું અને આ વખતે થોડી ઉપરની ડાળીએ કૂદીને ટોચ ઉપર બેઠેલા પક્ષીની નજીક તે ગયું. આમ પણ ઘણીવાર બન્યું. છેવટે તે નીચેનું પક્ષી ઉપરના પક્ષીની જગ્યાએ જ આવ્યું અને તે ઉપરના પક્ષીની અંદર સમાઈ ગયું. તરત જ તેને જણાયું કે પક્ષીઓ બે નહોતાં જ; પોતે બધો વખત પેલું ગંભીર, ભવ્ય અને પોતાની પ્રતિભામાં મગ્ન એવું ઉપરનું પક્ષી જ હતું.

## કૃતજ્ઞ બનો !

તમને કોઈ ગાળો આપે તો તેનો આભાર માનો; કારણ કે એ તમારી સામે એક એવું દર્પણ આપે છે જેમાં ગાળો આપવી તે શું છે તે તમે જોઈ શકો છો; ઉપરાંત તે તમને સંયમ શીખવાની તક આપે છે, માટે ગાળો દેનારનું ભલું ઇચ્છો અને રાજી થાઓ. વ્યાયામ સિવાય શક્તિ ખીલી ન શકે; અરીસા વિના આપણે પોતાને જોઈ શકીએ નહિ.

દેવો કદીય દુષ્ટ કર્મો કરતા નથી. કદી તેમને સજા થતી નથી, અને તેથી તેમના ઉદ્ધારનો પ્રશ્ન પણ કદી ઊભો થતો નથી. જીવનમાં આવતા પ્રહારો આપણને જાગ્રત કરે છે અને સ્વપ્નનો ભ્રમ તોડવામાં પણ તેઓ જ મદદ કરે છે. તેઓ આપણને આ જગતની અપૂર્ણતા દાખવે છે અને મુક્તિ મેળવવાની, સ્વતંત્ર થવાની ઇચ્છા ઊભી કરે છે.

## નિર્જન અરણ્યનું વેદાંત સમાજમાં લઈ આવું

સ્વામીજી : શંકરાચાર્યે આ અદ્વૈત તત્ત્વજ્ઞાન જંગલો ને પહાડોમાં રાખ્યું; હું તેને તે સ્થળથી બહાર લાવવા અને રોજબરોજની દુનિયામાં અને સમાજમાં તેનો ફેલાવો કરવા આવ્યો છું. અદ્વૈતની સિંહગર્જનાનો પડઘો દરેક ઘરમાં, ખેતરો અને વૃક્ષની ઘટાઓમાં, ટેકરીઓ અને મેદાનોમાં ઊઠવો જોઈએ. તમે બધા મારી મદદે આવીને કામે લાગી જાઓ.

શિષ્ય : સ્વામીજી, કર્મ દ્વારા તેને પ્રકટ કરવા કરતાં ધ્યાનથી તે સ્થિતિ પ્રાપ્ત કરવી મને વધારે ગમે છે.

સ્વામીજી : દારૂના ઘેન જેવી તે માત્ર એક જડ અવસ્થા છે. માત્ર તેના જેવા જ રહેવાથી શો ફાયદો ? અદ્વૈતાનુભૂતિની પ્રેરણાથી તમારે કોઈવાર ઉદ્દામપણે નાચી

ઊઠવું જોઈએ અગર કોઈકવાર બાહ્ય ભાન ભૂલી જવું જોઈએ. કોઈ સારી વસ્તુ ખાવાનો સંતોષ શું કેવળ પોતે એકલા જ માની લેવો? બીજાને પણ તેનો ભાગ આપવો જોઈએ. માની લો કે અદ્વૈતાનુભૂતિ દ્વારા તમે પોતે મુક્ત બન્યા; પણ તેથી જગતને શું? તમે આ શરીર છોડો તે પહેલાં આખી દુનિયાને તમારે મુક્ત કરવી જોઈએ. તો જ તમે નિત્ય સત્યમાં પ્રતિષ્ઠિત થશો. ભાઈ! આ આનંદની બરોબરી કરે તેવું બીજું કંઈ છે ખરું?

## જ્ઞાતાને કોણ જાણી શકે ?

શિષ્ય : જો હું બ્રહ્મ હોઉં તો તેનું ભાન મને હંમેશા કેમ થતું નથી?

સ્વામીજી : સભાન સ્થિતિમાં તે અનુભવ પ્રાપ્ત કરવા માટે કોઈક સાધનની જરૂર રહે છે. આપણામાં મન છે તે આવું સાધન છે. પણ તે તો જડ તત્ત્વ છે; માત્ર તેની પાછળ રહેલા આત્માના પ્રકાશથી જ તે ચેતન જેવું દેખાય છે. માટે આટલું ચોક્કસ છે કે તમે ચેતનાના સારતત્ત્વરૂપ આત્માને મન દ્વારા જાણી શકો નહિ. તમારે મનથી પર જવું પડશે. ખરી હકીકત તો તે છે કે જાગ્રત ભૂમિકાથી પર એક એવી સ્થિતિ છે કે જ્યાં જ્ઞાતા, જ્ઞાન અને તેનું સાધન વગેરેનો ભેદ રહેતો નથી. જ્યારે મન લય પામે છે ત્યારે આ સ્થિતિની અનુભૂતિ થાય છે. વાણીથી તે સ્થિતિને પ્રકટ કરી શકાતી નથી.

## અતીતથી પર શું છે ?

વિકાસની પ્રક્રિયાઓ, વધુ ને વધુ ઉચ્ચ સંયોજનો, આત્મામાં હોતાં નથી; તે તો પહેલેથી જ જેવો છે તેવો જ છે. આ પ્રક્રિયાઓ પ્રકૃતિમાં થાય છે. ધારો કે અહીં એક પડદો છે, અને એ પડદા પાછળ એક અદ્‌ભુત દૃશ્ય છે. પડદામાં એક નાનું છિદ્ર છે. અને તે દ્વારા દૃશ્યનો એક નાનકડો ભાગ માત્ર દેખાય છે. ધારો કે છિદ્ર વધારે પહોળું થાય છે. છિદ્ર જેમ જેમ મોટું થાય છે, તેમ તેમ પાછળનાં દૃશ્યોનો વધારે ને વધારે ભાગ નજરે પડતો જાય છે. જ્યારે આખો પડદો હઠી જાય છે, ત્યારે તે દૃશ્ય અને તમારી વચ્ચે કશું રહેતું નથી. તમે તે દૃશ્યને પૂરેપૂરું જોઈ શકો છો. આ પડદો તે માણસનું મન છે; તેની પાછળ આત્માની ભવ્યતા, પવિત્રતા અને અનંત શક્તિ રહેલાં છે. મન જેમ વધારે ને વધારે શુદ્ધ બનતું જાય છે, પવિત્ર બનતું જાય છે, તેમ તેમ આત્માની ભવ્યતા વધારે ને વધારે પ્રગટ થતી જાય છે. જે ફેરફાર થાય છે તે આત્મામાં થતો નથી, ફેરફાર તો પડદામાં થાય છે. આત્મા તો એક અવિકારી, અવિનાશી, શુદ્ધ અને સદા કલ્યાણમય છે.

## સાક્ષી બનો !

જ્યારે જુલમગારનો હાથ તમારી ગરદન પર પડયો હોય ત્યારે પણ કહો કે 'હું સાક્ષી છું ! હું સાક્ષી છું !' બોલો કે 'હું ચૈતન્ય છું ! બાહ્ય કશું મને સ્પર્શ કરી શકે નહિ.' જ્યારે અનિષ્ટ વિચારો ઊઠે ત્યારે તેમના માથા પર હથોડાના ઘાની પેઠે આ શબ્દના ઘા મારો કે 'હું આત્મા છું ! હું સદા કલ્યાણમય સાક્ષી છું ! મારે કંઈ કર્મ કરવાનું કારણ નથી. કંઈ દુઃખ ભોગવવાનું કારણ નથી; હું કૃતકૃત્ય છું, હું સાક્ષી છું. હું મારી ચિત્રશાળામાં છું; આ વિશ્વ મારું સંગ્રહસ્થાન છે, એક પછી એક આવતાં આ ચિત્રોને હું જોયા કરું છું. સારાં કે નરસાં ગમે તે, તે બધાં સુંદર જ છે. તેમાંની ચમત્કૃતિપૂર્ણ કુશળતા હું જોઉં છું. પરંતુ એ બધું એક જ છે. મહાન ચિત્રકારની અનંત જ્વાલાઓ છે.'

## ઈશ્વર જોઈએ છે ?

આપણે દરરોજ આપણી જાતને પૂછીએ : 'ઈશ્વર આપણને જોઈએ છે ?' જ્યારે જ્યારે આપણે ધર્મની વાત કરીએ, અને ખાસ કરીને ઉચ્ચ સ્થાને બેસીને બીજાને ઉપદેશ આપવા લાગીએ, ત્યારે ત્યારે આપણે આપણી જાતને આ જ પ્રશ્ન પૂછવો જોઈએ. ઘણી વખત મને એમ લાગે છે કે મારે ઈશ્વરની જરૂર નથી; તેથી વધારે તો મારે રોટલાનો ખપ છે. જો રોટલાનો ટુકડો ન મળે તો હું પાગલ બની જાઉં. ઘણી સ્ત્રીઓને હીરાની ચૂંક ન મળે તો પાગલ બની જાય, પરંતુ ઈશ્વર માટે એવી ઝંખના તેમને નથી હોતી; આ વિશ્વમાં ઈશ્વર એક માત્ર સત્ય છે તેનો તેમને ખ્યાલ નથી. કહેવત છે કે 'મારવો તો મીર અને લૂંટવો તો અમીર', જો લૂંટવો જ હોય તો રાજાનો ભંડાર લૂંટવો. ભિખારીઓને લૂંટવામાં શી મજા ? એટલા માટે જો પ્રેમ કરવો હોય તો ઈશ્વર સાથે કરો.

## જીવાત્મા અને તેનું બંધન

આપણે વિશ્વવ્યાપી અનંત સત્તા હોવા છતાં અન્યનાં કડવાં-મીઠાં વચનોની અપેક્ષા રાખતા ક્ષુદ્ર માનવીઓ બની ગયા છીએ. કેટલી ભયંકર પરાધીનતા ! કેટલી ભયંકર ગુલામી ! મારા શરીરને તમે એક ચૂંટી ભરો તો હું દુઃખ અનુભવું છું. જો કોઈ મારી પ્રશંસાનો એક શબ્દ બોલે તો હું આનંદથી ફુલાઈ જાઉં છું. જુઓ તો મારી કેવી દુર્દશા છે ? હું શરીરનો ગુલામ છું, હું મનનો ગુલામ છું, જગતનો ગુલામ છું, એક મીઠા શબ્દનો ગુલામ છું, એક કડવા શબ્દનો ગુલામ છું, વાસનાનો

ગુલામ છું, સુખનો ગુલામ છું, જીવનનો ગુલામ છું, મૃત્યુનો ગુલામ છું, એકે એક વસ્તુનો હું ગુલામ છું ! આ ગુલામીના બંધનને તોડવું જ જોઈએ. કેવી રીતે ? હંમેશાં વિચાર કરો કે 'હું બ્રહ્મ છું.'

એટલે જ્ઞાનીના ધ્યાનનું લક્ષ્ય શું છે ? જ્ઞાની દેહ અથવા મનના પ્રત્યેક ભાવથી પર જવા ઇચ્છે છે, પોતે શરીર છે તેવા ખ્યાલને તે દૂર કરવા ઇચ્છે છે. શરીરને શા માટે શણગારવું ? ફરી એકવાર માયા માણવા માટે ? આ ગુલામી ચાલુ રાખવા ? તેને છોડી દો, હું તે શરીર નથી. જ્ઞાનીનો આવો પંથ છે. ભક્ત કહે છે કે 'ઈશ્વરે મને આ દેહ આપ્યો છે, તે આ સંસારસાગર સહીસલામત રીતે પાર ઊતરી જાઉં તે માટે છે. તેથી જ્યાં સુધી મારી આ યાત્રા પૂર્ણ ન થાય ત્યાં સુધી હું તેનું સારી રીતે જતન કરીશ.' યોગી કહે છે, 'મારે શરીરની કાળજી રાખવી જ જોઈએ કે જેથી સ્થિર ગતિથી હું આગળ વધી શકું અને મુક્તિ પ્રાપ્ત કરી શકું.'

### એ બધી લીલા છે, વિનોદી રમત છે

આ બધી રમત છે. આ તો રમત છે રમત ! સર્વશક્તિમાન ઈશ્વર લીલા કરે છે. બસ આટલું જ. તમે જ તે સર્વશક્તિમાન પ્રભુની લીલા કરો છો, જો તમારે તેમાં ભાગ લેવો હોય, ભિખારીનો પાઠ લેવો હોય તો તેવી પસંદગી કરવા માટે તમારે બીજા કોઈને દોષ દેવાનો નથી. તમને ભિખારી થવું ગમે છે. તમે તમારો અસલ સ્વભાવ દિવ્ય છે તેમ જાણો છો. તમે રાજા છો પણ ભિખારીનો પાઠ ભજવો છો. તે બધી મજા જ છે. તે જાણો અને રમો; આને માટે આટલું જ બસ છે. પછી તેનો અભ્યાસ કરો. આ વિશ્વ આવું એક મહાન નાટક છે. બધુંય સરસ છે, કારણ કે બધુંય રમત છે.

જ્યારે હું બાળક હતો ત્યારે કોઈએ મને કહ્યું કે ઈશ્વર બધું દેખે છે. હું સૂઈ ગયો, અને ઊંચે જોઈને ઓરડાની છત ઊઘડવાની આશા રાખીને બેઠો, પણ એવું કંઈ જ બન્યું નહીં. આપણા પોતા સિવાય કોઈ આપણને જોતું નથી. આપણા આત્મા સિવાય કોઈ પ્રભુ નથી.

દુઃખી ન બનો ! પસ્તાવો ન કરો ! થયું તે થયું. જો તમે જ તમારી જાતને દઝાડવાના હો તો પરિણામ પણ ભોગવો.

જરા બુદ્ધિ વાપરો. આપણે ભૂલો કરીએ છીએ પણ તેથી શું ? એ બધી તો ગમ્મત છે. લોકો પોતાનાં ભૂતકાળનાં પાપો વિષે પાગલ બની જાય છે, વિલાપ કરે છે, રડે છે, વગેરે વગેરે. પશ્ચાત્તાપ ન કરો ! કાર્ય કર્યા પછી તેનો વિચાર ન કરો;

આગળ વધો ! થોભો નહીં ! પાછું વળીને ન જુઓ ! પાછળ જોવાથી તમારું શું વળવાનું છે ?

જેને હું મુક્ત છું તેવું જ્ઞાન છે, તે સર્વદા મુક્ત છે. જે એમ જાણે છે કે હું બંધનમાં છું, તે બદ્ધ છે. જીવનનો હેતુ અને ધ્યેય શું છે ? કંઈ જ નહીં. કારણ કે હું જાણું છું કે હું અનંત છું. જો તમે ભિખારી હો તો તમારે ધ્યેય હોય; મારે કશું ધ્યેય નથી, કશી જરૂર નથી, કશો હેતુ નથી, હું તમારા દેશમાં આવું છું, ભાષણ કરું છું, માત્ર ગમ્મત માટે છે.

### જીવનનું સ્રોત

મોજ વિલાસમાં, રોગનો ભય છે,
ઉચ્ચ કુળના જન્મમાં, નાત ખોવાનો ભય છે,
ધનદોલતમાં, જુલ્મીઓનો ડર છે,
માનપાનમાં, માન ગુમાવવાની બીક છે,
બળમાં, શત્રુનો ડર છે,
સૌંદર્યમાં, વૃદ્ધાવસ્થાનો ભય છે,
જ્ઞાનમાં, હારવાનો ભય છે,
સદ્‌ગુણમાં, નિંદાત્મક વર્તનનો ડર છે,
શરીરમાં, મૃત્યુનો ભય છે.
આ જીવનમાં સર્વત્ર ભય વ્યાપ્યો છે,
ફક્ત ત્યાગમાં જ નિર્ભયતા છે.

### બીતિ તાહિ બિસારી દે આગે કી સુધ લે

જો હું તમને એવો ઉપદેશ આપું કે તમે સ્વભાવે પાપી છો, કારણ કે તમે અમુક ભૂલો કરી છે, અને તમારે ઘેર જઈ શરીરે ચીંથરાં વીંટી, રાખ ચોળીને જિંદગી આખી રોદણાં જ રોયા કરવાં, તો તેથી તમને કંઈ ફાયદો નહિ થાય. તેથી તો તમે વધુ નબળા બનશો. એટલે કે તેમ કરવાથી મેં તમને સારા કરતાં વધારે નરસા તરફ જવાનો રસ્તો બતાવ્યા જેવું થશે. જો આ ઓરડો હજાર વરસથી અંધારાથી ભરેલો હોય, અને તમે આવીને રડવા તથા શોક કરવા લાગો કે, ‘અરેરે, અહીં તો અંધારું છે,’ તો શું અંધારું તેથી અદૃશ્ય થઈ જવાનું છે ? તમે દીવાસળી પેટાવો એટલે એક ક્ષણમાં પ્રકાશ આવી જશે. તમે આખી જિંદગી સુધી એવો અફસોસ કર્યા કરો કે ‘અરેરે, મેં પાપ કર્યું છે, મેં

ઘણી ભૂલો કરી છે ! તો તેથી તમને કશો ફાયદો નહિ થાય. એમ કોઈએ કહેવાની જરૂર નથી. પ્રકાશ લાવો એટલે પાપ એક ક્ષણમાં ચાલ્યું જશે. તમારું ચારિત્ર્ય ઘડો; તમારો પ્રકાશસ્વરૂપ જ્યોતિર્મય, સદા પવિત્ર, સાચો સ્વભાવ પ્રગટ કરો, અને જેને જુઓ તેનામાં તે જગાવો.

## મંદિરોનો તાજમહાલ

જીવંત ઈશ્વર તમારી અંદર જ રહેલો છે, છતાં તમે દેવળો અને મંદિરો ચણતા જ જાઓ છો. અને કાલ્પનિક ભૂતકાળમાં માનતા જ જાઓ છો. પૂજનને પાત્ર એક જ ઈશ્વર માનવશરીરમાં રહેલો, માનવ આત્મા છે. અવશ્ય બધાં પશુઓ પણ મંદિરો છે, પરંતુ માનવી સર્વોચ્ચ મંદિર છે. મંદિરોનો તાજ છે. હું એ મંદિરમાં પૂજન કરી ન શકું તો બીજું એકે મંદિર જરા પણ લાભદાયી થવાનું નથી; જે ઘડીએ મેં દરેક માનવદેહરૂપી મંદિરમાં બિરાજતા ઈશ્વરનો સાક્ષાત્કાર કર્યો, જે ઘડીએ હું માનવપ્રાણી સમક્ષ તેનામાં રહેલા ઈશ્વરને જોઈને પૂજ્યભાવથી ઊભો રહું, તે જ ઘડીએ હું બંધનમાંથી મુક્ત છું. દરેક બંધનકારક વસ્તુ અદૃશ્ય થઈ જાય છે, હું મુક્ત થાઉં છું.

## ઈશ્વર તમારો છે

તમને બીજાઓ માટે લાગણી થાય છે ? જો થતી હોય તો એકત્વ પ્રત્યે વિકાસ કરી રહ્યા છો. જો તમને બીજાઓ માટે લાગણી થતી ન હોય, તો ભલે તમે વિરાટમાં વિરાટ બુદ્ધિ લઈને જન્મ્યા હો, પણ તમે શૂન્ય જ રહેવાના; તમે માત્ર શુષ્ક બુદ્ધિવાળા જ છો, અને તેવા જ રહેવાના. પણ જો તમને બીજાઓને માટે લાગણી થતી હોય, તો ભલે તમે એક પણ ચોપડી વાંચી શકતા ન હો, અને એકે ભાષા જાણતા ન હો, છતાંયે તમે સાચે રસ્તે છો. ઈશ્વર તમારો છે.

અવતારી પુરુષોની શક્તિ ક્યાં હતી તે તમે શું જગતના ઈતિહાસમાંથી જાણ્યું નથી ? તે શક્તિ ક્યાં હતી ? શું તે બુદ્ધિમાં હતી ? શું તેઓ પૈકી કોઈએ ફિલસૂફી પર કે તર્કશાસ્ત્રની સૌથી ગૂંચવણભરી આંટીઘૂંટીઓ પર એકાદ સુંદર ગ્રંથ લખ્યો હતો ? કોઈએ નહિ. તેઓ તો માત્ર થોડાક શબ્દો જ બોલેલા. ઈશુના જેવી લાગણી તમે ધરાવો તો, તમે પણ ઈશુ થશો; બુદ્ધના જેવી લાગણી ધરાવો તો તમે પણ બુદ્ધ થાઓ. જે જીવન છે, જે બળ છે, જે ચેતના છે, તે બધું લાગણી છે; તેના વિના, બુદ્ધિની ચપળતા ગમે તેટલી હોય, પણ તે ઈશ્વરને પામી શકે નહિ. ઈશ્વર હૃદય દ્વારા દેખાય છે, બુદ્ધિ દ્વારા નહિ.

## બીજા કોઈને વાંક નથી

તમારા પોતાના જ દોષોને માટે અન્ય કોઈનો વાંક કાઢો નહિ. તમારા પોતાના પગ પર ખડા રહો અને બધી જવાબદારી પોતાને માથે લો. એમ બોલો કે 'જે આ દુઃખ હું ભોગવું છું, તે મારી પોતાની જ કરણીનું ફળ છે, અને એ હકીકત પોતે જ બતાવે છે કે એનો ઉપાય મારે એકલાએ જ કરવો પડશે.' જે આપણે સર્જ્યું તેનો નાશ આપણે કરી શકીએ; પણ જે બીજા કોઈકની કૃતિ હોય, તેનો નાશ આપણાથી થઈ શકે નહિ. માટે ખડા થાઓ, હિંમતવાન બનો, તાકાતવાન થાઓ. બધી જવાબદારી પોતાને શિરે ઓઢી લ્યો; અને સમજો કે તમારા નસીબના ઘડનારા તમે પોતે જ છો. જે કાંઈ શક્તિ અને સહાય તમારે જોઈએ તે તમારી પોતાની અંદર જ છે; માટે તમારું ભાવિ તમે પોતે જ ઘડો. 'ગઈ ગુજરીને યાદ કરવાની જરૂર નથી.' તમારી સામે અનંત ભાવિ પડેલું છે; હંમેશા યાદ રાખજો કે જે શબ્દ તમે ઉચ્ચારો, જે દરેક વિચાર તમે સેવો અને જે દરેક કાર્ય તમે કરો, તે તમારે માટે સંસ્કારનું ભંડોળ ભેગું કરે છે; અને જેમ ખોટા વિચારો અને ખોટાં કાર્યો તમારી ઉપર વાઘની જેમ તરાપ મારવાને તૈયાર હોય છે, તેમ જ બીજે પક્ષે પ્રેરક આશાનાં કિરણો પણ છે કે સુવિચારો અને સત્કાર્યો તમારો બચાવ કરવા, સહસ્ર દેવતાઓની શક્તિથી સર્વદા અને સદાને માટે તૈયાર હોય છે.

## જગત : સારું નથી, નરસું પણ નથી

આ દુનિયામાં વસતાં નરનારીઓનો દસ લાખમો ભાગ પણ માત્ર શાંતિથી બેસીને થોડીક મિનિટ માટે પણ એટલું બોલે કે 'ઓ મનુષ્યો, પશુઓ અને જીવતાં પ્રાણીઓ ! તમે સહુ એક જીવંત ઈશ્વરનાં જ સ્વરૂપો છો !' તો અર્ધા કલાકમાં આખું જગત પલટાઈ જાય. ખૂણે ખૂણે ધિક્કારના જબરજસ્ત બોમ્બગોળા ફેંકવાને બદલે, ઈર્ષ્યા અને દુષ્ટ વિચારોનાં પૂર વહેવડાવવાને બદલે, દેશ દેશમાં લોકો વિચારતા થાય કે જે કંઈ છે તે બધું ઈશ્વર છે. જ્યાં સુધી તમારા પોતામાં પાપ ભર્યું છે ત્યાં સુધી તમને બહાર પાપ જોવાનો શો અધિકાર છે ? જો ચોર તમારા અંતરમાં જ ભરાઈને બેઠો ન હોય તો તમે બહાર ચોરને કેવી રીતે જોઈ શકો ? તમે પોતે સારા થાઓ, એટલે તમારે માટે અનિષ્ટ દૂર થઈ જશે; આખું વિશ્વ આ રીતે પલટાઈ જશે.

અહીં બીજી એક બાબત શીખવાની છે. આપણે માટે બધા જ બાહ્ય સંજોગોને જીતવાનું કદાચ શક્ય નથી; તે ન જ બને. માછલી પાણીમાં રહેતા પોતાના દુશ્મનોથી છટકી જવા માગે છે તે કેવી રીતે આ સાધ્ય કરે છે ? પાંખો વિકસાવીને, પક્ષી બનીને.

માછલીએ પાણી કે હવાને નથી બદલાવ્યાં; પરિવર્તન તેના પોતામાં જ આવ્યું છે. પરિવર્તન હંમેશા આત્મલક્ષી જ હોય છે. ઉત્ક્રાંતિક્રમમાં સઘળે તબક્કે તમે જોશો કે પ્રકૃતિ ઉપર મેળવવામાં આવતો વિજય આત્મલક્ષી દૃષ્ટિમાં પરિવર્તન લાવવાથી જ મળે છે. આ સિદ્ધાંતો ધર્મ અને નીતિની બાબતમાં લાગુ પાડો તો તમને જણાશે કે અનિષ્ટ ઉપરનો વિજય કેવળ દૃષ્ટામાં આણેલાં પરિવર્તન દ્વારા જ થાય છે. આ રીતે માનવીની આધ્યાત્મિક બાજુ પર ભાર મૂકવાને લીધે જ અદ્વૈત સિદ્ધાંત પોતાનું સમગ્ર બળ મેળવે છે. અનિષ્ટ અને દુઃખની વાત કરવી નકામી છે, કારણ કે તે બહાર અસ્તિત્વ ધરાવતાં નથી.

હું તો એમ પણ કહેવાની હિંમત કરું છું કે જે ધર્મ આ વિચાર સાથે સંમત થાય છે, અને ભૌતિક કે નૈતિક ક્ષેત્રે થતી આધુનિક શોધખોળ કરતાં પણ સહેજ આગળ જાય છે, તે એક માત્ર અદ્વૈત જ છે. માટે જ તે આધુનિકો વૈજ્ઞાનિકોને આટલો બધો આકર્ષે છે.

## એ સુંદર રૂપક

શરીરને રથ, આત્માને રથમાં બેસનાર, બુદ્ધિને સારથિ, મનને લગામ, અને ઇંદ્રિયોને અશ્વો તરીકે કલ્પો. જે મનુષ્યના અશ્વો કાબૂમાં છે, જેની લગામ મજબૂત છે, અને સારથિ (બુદ્ધિ)ના હાથમાં કાબૂમાં રહે છે, તે સર્વવ્યાપી આત્માના સ્વરૂપના ધ્યેયને પહોંચે છે, પણ જે માણસના ઇંદ્રિયોરૂપી અશ્વ કાબૂમાં નથી, તેમજ મનરૂપી લગામ બરાબર પકડમાં નથી, તેનો નાશ થાય છે.

## નીતિ અને ધર્મ

જ્યારે આપણા આત્મામાં આવો સાચો અનુભવ થવા માંડે ત્યારે જ ધર્મ આવે છે. જ્યારે ધર્મની ઉષા ઊગશે ત્યારે જ આપણે નીતિમાન બનીશું. અત્યારે તો આપણે પશુઓ કરતાં જરાયે વધારે નીતિમાન નથી. માત્ર સમાજના ચાબખાથી આપણે કાબૂમાં રહીએ છીએ. જો સમાજ આજે કહે કે 'તમે ચોરી કરશો તો પણ હું તમને સજા નહીં કરું.' તો આપણે એકબીજાની મિલકત પર તરાપ મારીશું. આ તો પોલીસ આપણને નીતિમાન બનાવે છે, સમાજનો અભિપ્રાય આપણને નીતિમાન બનાવે છે, ખરેખર તો આપણે પશુઓ કરતાં ભાગ્યે જ સારા છીએ. આપણા હૃદયના ઊંડાણમાં તે કેટલું બધું સાચું છે એ આપણે બરાબર સમજીએ છીએ; માટે આપણે દંભી ન થઈએ.

વેદાંતનો મૂળમંત્ર આ છે : ધર્મનો અનુભવ કરવો, વાતો કરવાથી કંઈ વળશે

નહિ. પણ અનુભવ કરવો બહુ મુશ્કેલ છે. આ પુરાણપુરુષ, કે જે દરેકની હૃદયગુહામાં વસે છે, તેણે પોતાની જાતને અણુમાં છુપાવી રાખી છે. ઋષિઓએ આત્મનિરીક્ષણની શક્તિથી તેનો સાક્ષાત્કાર કર્યો.

## સર્વત્ર રહેલા ઈશ્વરને જુઓ

ઈશ્વરને સર્વત્ર જોવો અને સર્વમાં જોવો, અને ત્યારે જ હું જગતનો ખરો આનંદ લઈ શકું, એ વાત મેં બાળપણથી સાંભળી છે, પણ જેવો હું દુનિયામાં ભળું છું અને દુનિયા તરફથી થોડા ધક્કાધુંબા અનુભવું છું કે તરત એ વિચાર અદૃશ્ય થઈ જાય છે. દરેક માણસમાં ઈશ્વર છે, તેવો વિચાર રાખીને હું રસ્તે ચાલું છું. એક બળવાન માણસ આવીને મને ધક્કો મારે છે અને હું ફૂટપાથ ઉપર ચત્તોપાટ પડી જાઉં છું. પછી હું મુઠ્ઠી વાળીને જલદી ઊભો થઈ જાઉં છું; મારા મગજમાં લોહી ધસી આવે છે, અને વિવેક ચાલ્યો જાય છે. તરત જ હું પાગલ થઈ જાઉં છું. બધું ભૂલાઈ જાય છે, ઈશ્વરને બદલે હું તેનામાં સેતાનને દેખું છું. આપણે જન્મ્યા ત્યારથી જ સઘળે ઈશ્વરને જોવાનું આપણને કહેવામાં આવ્યું છે. દરેક ધર્મ ઉપદેશ આપે છે કે સર્વમાં અને સર્વ સ્થળે ઈશ્વરને જુઓ.

નિષ્ફળતાની કદી પરવા ન કરો. આ નિષ્ફળતાઓ સાવ સ્વાભાવિક છે, જીવનનું તે સૌંદર્ય છે. તેમના વિના જીવનનો શો અર્થ છે ? જીવનમાં જો મથામણ ન હોય, તો જીવનની કાંઈ કિંમત નથી, તો પછી જીવનનું કાવ્ય ક્યાં રહે ? મથામણોની, ભૂલોની પરવા ન કરો, ગાયને મેં કદી ખોટું બોલતી સાંભળી નથી, પણ તે માત્ર ગાય જ છે, મનુષ્ય નથી. માટે નિષ્ફળતાની, આ નાનાં નાનાં પતનોની પરવા ન કરો. ગભરાયા વગર હજાર વાર આદર્શને વળગી રહો અને હજારો વાર તમે ભલે નિષ્ફળ જાઓ તો પણ વધુ એક વખત પ્રયાસ કરો. ઈશ્વરનું સર્વત્ર દર્શન કરવું તે માનવીનો આદર્શ છે.

## પરમ પદને પંથે

સત્યને જાણ્યા સિવાય માનવી જો આ જગતના મૂર્ખાઈભર્યા મોજશોખમાં અવિચારીપણે પડશે તો તે પોતાનો આધાર ગુમાવશે અને લક્ષ્યને નહીં પહોંચે; તેમજ જે માણસ આ દુનિયાને ક્રોધથી શાપ દઈને જંગલમાં ચાલ્યો જાય છે, જે પોતાના દેહને કષ્ટ આપે છે અને અજ્ઞાતવાસથી ધીરે ધીરે પોતાનું મૃત્યુ આણે છે, હૃદયને શુષ્ક વેરાન જેવું બનાવે છે, બધી ઊર્મિઓને રહેંસી નાખે છે; કઠોર, કડક અને શુષ્ક બની જાય છે,

તે માણસ પણ પોતાનો માર્ગ ભૂલ્યો છે. આ બંને છેડાઓ છે, અને બંને છેડો ભૂલ ભરેલા છે. બંને માર્ગ ભૂલ્યા છે, બંને લક્ષ્ય ચૂક્યા છે.

કમભાગ્યે આ જીવનમાં ઘણા મોટા ભાગના મનુષ્યો કોઈપણ આદર્શ વિના અંધકારમાં ફાંફાં મારે છે. આદર્શવાળો માનવી કદાચ હજારો ભૂલો કરતો હશે, તો પણ મારી ખાતરી છે કે આદર્શવિહોણો માનવી તો પચાસ હજાર ભૂલો કરતો હશે. માટે આદર્શ રાખવો એ સારું જ છે; એટલું જ નહિ પણ જ્યાં સુધી આ આદર્શ આપણા હૃદયમાં, આપણા મગજમાં, આપણી નસોમાં ન પ્રવેશે, જ્યાં સુધી આપણા લોહીના પ્રત્યેક બિન્દુમાં તે ન ઝણઝણે અને શરીરના રોમેરોમમાં ન પ્રસરે, ત્યાં સુધી તે આદર્શ વિષે બને તેટલું સાંભળવું અને તેનું મનન કરવું જોઈએ. 'હૃદય ભાવનાથી ભરપૂર થાય ત્યારે જ મુખમાંથી વાણી નીકળે,' અને હૃદય ભાવનાથી ભરપૂર થાય ત્યારે જ હાથ પણ કામ કરે.

## કઈ વસ્તુ આપણને દુ:ખી બનાવે છે ?

આપણે બધાં દુ:ખ સહેવાં પડે છે, તેનું કારણ એષણા છે. તમે કોઈ ચીજની ઈચ્છા રાખો, અને તે ઈચ્છા પરિપૂર્ણ ન થાય, તો પરિણામે દુ:ખ થાય છે. પણ જો એષણા જ ન હોય, તો દુ:ખ પણ ન હોય. પરંતુ અહીં પણ મારા કથન અંગે ગેરસમજ થવાનો ભય છે. માટે એષણાનો ત્યાગ અને દુ:ખથી મુક્ત થવાનો અર્થ હું શો કરવા માગું છું, તે સમજાવવું જરૂરી છે. દીવાલોને એષણા હોતી નથી અને તેઓ કદી દુ:ખી થતી નથી; વાત સાચી છે, પણ તે કદી વિકાસ પણ કરતી નથી. ખુરશીને કોઈ ઈચ્છા નથી, તે કદીયે દુ:ખી થતી નથી, પણ તે કાયમને માટે ખુરશી રહે છે. સુખમાં પણ મહત્તા છે, દુ:ખમાં પણ મહત્તા છે.

મારે માટે કહું તો મેં થોડાંક સારાં અને ઘણાં ખરાબ કાર્યો કર્યાં છે. તેથી હું ખુશી છું કે સારું થોડું કર્યું છે. અને ભૂલો ઘણી કરી છે, કારણ કે તેમાંની દરેક ભૂલે મને મહાન બોધપાઠ આપ્યો છે. હું આજે જે છું, તે મેં કાંઈ કર્યું છે, તથા સઘળું વિચાર્યું છે, તેના પરિણામરૂપ છું, પ્રત્યેક વિચાર અને કાર્યની અસર થઈ છે, અને આ બધી અસરોનું પરિણામ મારી પ્રગતિ છે.

નિરાકરણ આ છે : તમારી પાસે મિલકત ન હોવી જોઈએ, કે આવશ્યક ચીજો અથવા મોજશોખની ચીજો પણ ન હોવી જોઈએ એવું નથી. તમારે જોઈએ તેને લો અને વધારે પણ લો; માત્ર સત્યને જાણો અને અનુભવો. સંપત્તિ કોઈની માલિકીની

નથી; માલિકીની, કબજાની ભાવના ન રાખો. તમે કોઈ નથી, હું પણ કોઈ નથી, બીજા પણ કોઈ નથી, બધું ઈશ્વરની માલિકીનું છે.

## વેદાંતનું સારતત્ત્વ

અહીં તો વેદાંત શો ઉપદેશ કરવા માગે છે તે હું તમારી પાસે રજૂ કરું છું; તે ઉકેલ છે જગતને દિવ્ય બનાવવાનો. વેદાંત વાસ્તવિક રીતે જગતને વખોડી કાઢતું નથી. ત્યાગનો આદર્શ વેદાંતના ઉપદેશોમાં જે ઊંચી કક્ષાએ પહોંચે છે, તેવો બીજે ક્યાંય પહોંચતો નથી. પણ સાથોસાથ શુષ્ક આત્મઘાતક ઉપદેશ આપવાનો તેનો ઈરાદો નથી. વસ્તુતઃ તે ઉપદેશ જગતને દિવ્ય બનાવવાનો છે- એટલે કે જગત વિષેનો જે આપણો ખ્યાલ છે, કે જગતને જે રીતે આપણે જાણીએ છીએ, જેવું તે આપણને દેખાય છે, તેવાનો ત્યાગ કરીને ખરેખર તે જેવું છે તેવું જાણવાનો છે. તેને દિવ્ય બનાવો; તે ઈશ્વર પોતે જ છે. એક અતિ પ્રાચીન ઉપનિષદના આરંભમાં આપણે વાંચીએ છીએ : 'ઈશાવાસ્યમિદં સર્વં યત્કિંચ જગત્યાં જગત્ - આ જગતમાં જે કાંઈ અસ્તિત્વ ધરાવે છે તેને ઈશ્વરથી આચ્છાદિત કરવાનું છે.'

આપણે બધું ઈશ્વરથી આવરી લેવાનું છે; પણ તે ભ્રાન્ત સુખવાદથી નહિ, અશુભ પ્રત્યે આંખમીંચામણાં કરીને પણ નહિ, પરંતુ સર્વત્ર વસી રહેલા ઈશ્વરનું ખરેખર દર્શન કરીને. આપણે દુનિયાનો ત્યાગ આમ કરવાનો છે; અને દુનિયાનો ત્યાગ કર્યા પછી આપણી પાસે શું રહે છે ? ઈશ્વર. તેનો શો અર્થ છે ? તમારે પત્ની ભલે રહી; પત્નીને તમારે છોડવી પડશે એવું નથી, પણ તે પત્નીમાં તમારે ઈશ્વરનાં દર્શન કરવાનાં છે. તમારાં બાળકોનો ત્યાગ કરો. તેનો અર્થ શો છે ? દરેક દેશમાં પાશવી સ્વભાવનાં માણસો જેમ કરે છે તેમ શું તેમને ઘર બહાર હાંકી કાઢવાનાં છે ? જરૂર નહિ. એ આસુરી વૃત્તિ છે, ધર્મ નહિ. તમારે તમારાં સંતાનોમાં ઈશ્વરને જોવાનો છે; તે જ પ્રમાણે દરેક વસ્તુમાં પણ ઈશ્વરને જોવાનો છે. જીવનમાં અને મૃત્યુમાં, સુખમાં અને દુઃખમાં, ઈશ્વર સમાન રીતે હાજર છે. આખુંય જગત ઈશ્વરમય છે, તમારી આંખો ઉઘાડો અને ઈશ્વરને જુઓ. વેદાંત આ શીખવે છે.

જરૂર, આ ખૂબ જોરદાર દાવો છે ! છતાં પણ વેદાંત આ બાબતને સાબિત કરવા, શીખવવા અને તેનો જોરદાર પ્રચાર કરવા ઇચ્છે છે.

## 'દોસ્ત, તું રડે છે શા માટે ?'

'મારા મિત્ર ! તું શા માટે રડે છે ? તારે જીવન કે મૃત્યુ કંઈ નથી. તું કેમ રડે છે ? તારે માટે દુઃખ-દર્દ કંઈ નથી; તું તો અનંત આકાશ જેવો છે. જુદા જુદા રંગનાં વાદળો આકાશ ઉપર આવે, થોડીવાર ખેલે અને અદૃશ્ય થઈ જાય; પણ આકાશ તો કાયમ એવું જ નીલરંગી રહે છે.' આપણે દુષ્ટતા દેખીએ છીએ, શા માટે ? અંધારામાં એક ઝાડનું ઠૂંઠું હતું. એક ચોર એ બાજુ આવ્યો. તેણે કહ્યું : 'આ પોલીસ છે.' પોતાની પ્રિયતમાની શોધમાં ઉભેલા એક પ્રેમી યુવાને ધાર્યું કે તે પોતાની પ્રિયતમા છે. જેને ભૂતની વાર્તાઓ કહેવામાં આવી હતી તે બાળકે એમ માન્યું કે તે ભૂત છે, અને તેણે ચીસો પાડવા માંડી. પણ આ બધો વખત દરમિયાન તે ઝાડનું ઠૂંઠું જ હતું ! જેવા આપણે છીએ, તેવું જ આપણે જગતને જોઈએ છીએ.

દુનિયાની દુષ્ટતા અને પાપ વિશે વાતો ન કરો; હજી પણ તમારે દુષ્ટતા જોવી પડે છે તે માટે રડો. તમારે હજી પણ બધી જગાએ પાપ જ જોવાં પડે છે, એ સ્થિતિને માટે દુઃખી થાઓ. જો તમે દુનિયાને મદદ કરવા ચાહતા હો તો તેને ધિક્કારો નહિ; તેને વધારે નબળી બનાવો નહિ. કારણ કે આ બધાં દુઃખ અને પાપ આખરે શું છે ? આ બધું નબળાઈના પરિણામ સિવાય બીજું શું છે ? આવા ઉપદેશથી દુનિયા નબળી થતી જાય છે. માણસને બચપણથી શીખવવામાં આવે છે કે તમે નબળા અને પાપી છો. દેખાવમાં નબળામાં નબળા હોય, તેને પણ એમ કહો કે તમે બધાં મહિમાવંત અમૃતતત્ત્વનાં સંતાનો છો. બચપણથી જ વિધેયાત્મક, રચનાત્મક, મક્કમ અને સહાયક વિચારો તેમના મગજમાં ભરી દો, દાખલ થવા દો.

## માયાની કળણ

નારદે એક વખત શ્રીકૃષ્ણને કહ્યું : 'પ્રભુ ! મને આપની માયા બતાવો.' થોડા દિવસો વીત્યા પછી એકવાર શ્રીકૃષ્ણે નારદને પોતાની સાથે એક રણ તરફ ફરવા આવવાનું કહ્યું. થોડાએક માઈલ ચાલ્યા પછી શ્રીકૃષ્ણે કહ્યું : 'નારદ ! મને તરસ લાગી છે, મારા માટે થોડું પાણી લાવીશ ?' 'હા, જી. હમણાં જ જઈને આપને માટે પાણી લઈને આવું.' અને નારદ ગયા. ત્યાંથી થોડે દૂર એક ગામડું હતું. પાણીની શોધમાં નારદ તે ગામમાં પ્રવેશ્યા, જઈને એક ઘરનું બારણું ખખડાવ્યું. એક અતિ સુંદર યુવતીએ બારણું ખોલ્યું. તેને જોતાં જ નારદ મોહવશ બનીને વીસરી ગયા કે પ્રભુ પોતાની રાહ જોઈને બેઠા હશે, કદાચ પાણી વિના ટવળવતા હશે. નારદ તો એ બધું વીસરી ગયા

અને પેલી યુવતીની સાથે વાતે વળગ્યા. આખો દિવસ નારદ પ્રભુ પાસે પાછા ગયા જ નહિ. બીજો દિવસ આવ્યો, વળી નારદ એ જ ઘરે આવ્યા અને પેલી યુવતીની સાથે વાતે વળગ્યા. વાતમાંથી પ્રેમ બંધાયો. નારદે તેના પિતા પાસે કન્યાની માગણી કરી અને તેમનાં લગ્ન થયાં. નારદ તો ત્યાં જ રહેવા લાગ્યા; તેમને સંતાનો પણ થયાં. આમ કરતાં કરતાં બાર વરસ વીતી ગયાં. તેમના સસરાનો સ્વર્ગવાસ થયો. એટલે તેની મિલકતના તે વારસ થયા. પોતાની પત્ની, બાળક, ખેતર અને ઢોરઢાંખર વગેરે સાથે પોતે સુખી જીવન ગાળી રહ્યા છે તેમ તે માનવા લાગ્યા.

ભોગેજોગે એક વખત પાણીનાં પૂર આવ્યાં. રાત્રે નદીમાં સખત મોટું પૂર આવ્યું; પાણી નદીના કિનારાથી પણ ઉપર ચઢયાં અને ગામ આખાને જળપ્રલયમાં ડૂબાડી દીધું. મકાનો તૂટી પડયાં, માણસો અને પશુઓ તણાઈ ગયાં અને ડૂબી ગયાં. પાણીના પ્રવાહમાં બધું તરવા લાગ્યું. નારદને પણ નાસવું પડયું. એક હાથે તેમણે પત્નીને પકડી અને બીજા હાથે બે બાળકોને પકડયાં; એક બાળકને પોતાના ખભા ઉપર બેસાડયું અને એમ કરતાં આ ભયંકર પૂરને પાર કરવાનો પ્રયત્ન કરવા લાગ્યા. થોડાંક ડગલાં આગળ ચાલતાં તો પાણીનો વેગ વધવા માંડયો, તાણ વધ્યું અને ખભા ઉપરનું બાળક નીચે પડયું અને તણાઈ ગયું; નારદના મોંમાંથી હાયની ચીસ નીકળી પડી. પેલા બાળકને બચાવવાનો પ્રયત્ન કરવા જતાં બીજા એક બાળકની પકડ ઢીલી થઈ ગઈ અને તે પણ ખેંચાઈ ગયું. છેવટે જોરથી પકડી રાખેલી તેમની પત્ની પણ પ્રવાહના વેગમાં ખેંચાઈ ગઈ; અને આખરે પોતે પણ રોતા, તીવ્ર શોકનો આર્તનાદ કરતા કિનારે ફેંકાઈ ગયા.

ત્યાં તો પાછળથી એક મૃદુ સાદ સંભળાયો : 'વત્સ ! પાણી ક્યાં? તું તો પાણીનો લોટો ભરવા ગયેલો હતો ને ? હું તો ક્યારનો પાણીની રાહ જોઉં છું. તને ગયાને અર્ધો કલાક થઈ ગયો !' નારદ પોકારી ઊઠયા : 'અર્ધો જ કલાક !' તેમના મનથી પૂરાં બાર વર્ષ વીતી ગયાં હતાં, જ્યારે આ બધાં દશ્યો અર્ધા કલાકમાં જ બની ગયાં હતાં ! આનું નામ માયા !

## જીવન-દીપથી દીપ જલાવો

એક માણસ આવે છે. તમે જાણો છો કે તે વિદ્વાન છે, તેની ભાષા સુંદર છે; કલાકો સુધી તે તમારી સમક્ષ બોલે છે પણ તેની કંઈ અસર થતી નથી. ત્યાર પછી એક બીજો માણસ આવે છે, તે સારી રીતે ગોઠવ્યા વગરના થોડાક જ શબ્દો બોલે છે;

કદાચ તેની ભાષામાં વ્યાકરણના નિયમો પણ જળવાયા હોતા નથી. છતાં પણ તે આપણા ઉપર ઊંડી અસર કરી જાય છે. તમારામાંના ઘણાંએ તે અનુભવ્યું હશે. તેથી એ વાત સ્પષ્ટ છે કે માત્ર શબ્દો જ હંમેશા છાપ પાડી શકતા નથી. છાપ પાડવા માટે શબ્દો અથવા વિચારોનો માત્ર ત્રીજો હિસ્સો છે, અને બે હિસ્સા માણસના પોતાના હોય છે; જેને તમે વ્યક્તિત્વનું આકર્ષણ કહો છો, તે જ બહાર નીકળીને તમારા ઉપર છાપ પાડે છે.

માનવજાતના મહાન નેતાઓની વાત કરીશું તો આપણને દેખાશે કે માણસનું વ્યક્તિત્વ જ મહત્ત્વની વસ્તુ છે. હવે ભૂતકાળના મહાન લેખકો અથવા મહાન વિચારકોનો દાખલો લો. ખરું જોતાં કેટલી બાબતોનો વિચાર તેમણે કર્યો છે? ભૂતકાળના માનવજાતના નેતાઓનાં લખાણોનો વિચાર કરો; તેમનું દરેક પુસ્તક લો અને તેનું મૂલ્યાંકન કરો. દુનિયામાં અત્યાર સુધીમાં વિચારેલ નવા તેમજ સાચા વિચારો તો માત્ર મુઠ્ઠીભર જ છે. આપણા માટે જે વિચારો તેઓ મૂકી ગયા છે તે તો જુઓ; તેમનાં પુસ્તકોમાં વાંચો. લેખકો આપણને ભવ્ય લાગતા નથી, છતાં તેઓના સમયમાં તેઓ ખરેખર મહાન હતા. શા કારણે તેઓ એવા બન્યા? માત્ર તેમના વિચારો, કે લખાણો કે ભાષણોથી નહિ, પરંતુ તેમનું વ્યક્તિત્વ જ મુખ્ય છે અને તેમનું લખાણ કે બુદ્ધિ ગૌણ છે. આપણામાં વ્યાપી રહેલું વ્યક્તિત્વ જ આપણું સાચું સ્વરૂપ છે.

## આધ્યાત્મિક તાકાત

૧૮૫૭ના ભારતના સ્વાતંત્ર્યસંગ્રામમાં એક મહાત્માને કોઈ એક મુસલમાને છરી ભોંકી દીધી. હિંદુ સૈનિકો તે માણસને પકડીને પેલા મહાત્મા પાસે લાવ્યા. અને તેને મારી નાખવાની માગણી કરી. પરંતુ મહાત્માએ શાંતિથી ઊંચું જોયું અને કહ્યું : 'ભાઈ! તું તે છે, તું તે છે.' અને આમ કહી પ્રાણ છોડયા.

ભાઈઓ તથા બહેનો! આ જુસ્સો રાખો. સત્યમાં માનવાની હિંમત કેળવો, સત્યને વ્યવહારમાં મૂકવાની હિંમત કેળવો! દુનિયાને સંખ્યાબંધ હિંમતવાળાં સ્ત્રી-પુરુષોની જરૂર છે. એવી હિંમત કેળવો કે જે સત્યને જાણવાનું સાહસ કરે, જે જીવનમાં સત્યનું દર્શન કરાવે, જે મોતથી ડરીને ધ્રૂજે નહિ, ઊલટાનું મૃત્યુને આવકારે; માણસને પ્રતીતિ કરાવે કે પોતે આત્મા છે અને આખાયે વિશ્વમાં તેને કોઈ હણી શકે તેમ નથી. ત્યારે તમે તમારો સાચા આત્મા ઓળખી શકશો. 'પહેલાં આ આત્મા વિશે સાંભળવાનું છે, પછી તેનું મનન કરવાનું છે, અને ધ્યાન કરવાનું છે.'

## ઘાસનો પૂળો

હિંદમાં કેટલીએક તેલની ઘાણીઓમાં બળદોનો ઉપયોગ કરવામાં આવે છે; આ બળદ તેલીબિયાંને પીલવા માટે ગોળગોળ ફર્યા જ કરતા હોય છે. બળદની કાંધ ઉપર ધૂંસરી નાખવામાં આવેલી હોય છે. ધૂંસરીમાંથી લાકડાનો એક ટુકડો બહાર નીકળી આવેલો હોય છે. અને એના છેડા પર ઘાસના એક પૂળો બાંધેલો હોય છે. બળદની આંખે ઘોડાગાડીના ઘોડાને હોય છે તેવા ડાબલા બાંધેલા હોય છે; એમાંથી બળદ માત્ર આગળ જ જોઈ શકે છે, તેથી પેલા ઘાસને ખાવા તે એક ડગલું આગળ ભરે છે; પણ એમ કરવા જતાં એ લાકડાનો ટુકડો જરા આગળ જાય છે. એટલે બળદ ઘાસને આંબી શકતો નથી. વળી એને ખાવા તે આગળ ડગલું ભરે છે. આમ ઉપરાઉપરી પ્રયાસ કરવા છતાં પરિણામ તે જ આવે છે. બળદ એ ઘાસને કદી પહોંચી શકતો નથી, પણ તેને મેળવવાની આશામાં એ આગળ ચાલતો રહે છે અને ગોળગોળ ફર્યા કરે છે, અને એમ ચક્કર ફરતો ફરતો એ તેલીબિયાંને પીસે છે. એવી જ રીતે તમે અને હું, કે જેઓ પ્રકૃતિના, પૈસાના અને દ્રવ્યના, પત્નીના અને બાળકના જન્મજાત ગુલામ છીએ, અને જે મેળવવા ઈચ્છીએ છીએ, તે મેળવ્યા વગર અસંખ્ય જિંદગીઓની ઘટમાળમાં ફર્યા કરીએ છીએ.

આપણા દરેકની જીવનકથા આવી જ છે, પ્રકૃતિની આપણા સહુ ઉપર આવી જબ્બર પકડ છે. તે આપણને વારંવાર લાતો મારે છે. છતાં આપણે વધુ ને વધુ ઉત્તેજનાપૂર્વક તેની પાછળ પાછળ દોડીએ છીએ.

## પ્રેમ અમર છે

દિવસ રાત કહો કે : 'તું જ મારી માતા, મારા પિતા, પતિ, પ્રેમી, પ્રભુ અને પરમેશ્વર છો. મારે તારા સિવાય કંઈ ન જોઈએ. તું મારામાં, હું તારામાં; હું તું જ છું, તું તે જ હું છું.' સંપત્તિ જતી રહે છે, સૌંદર્ય નાશ પામે છે, જીવન ઊડી જાય છે, સત્તા પણ જતી રહે છે. પરંતુ, ઈશ્વર કાયમ રહે છે, પ્રેમ સર્વદા રહે છે.

ઈશ્વરને વળગી રહો ! શરીર કે બીજા કોઈને શું થાય તેની કોને પરવા છે ? પાપના ભય દરમિયાન 'મારા પ્રભુ, મારા પ્રિયતમ !' એમ જપો. મૃત્યુના દુઃખ દરમિયાન 'પ્રભુ, પ્રભુ' રટો ! પૃથ્વી પરનાં બધાં પાપના ભય વેળા 'પ્રભુ, મારા પ્રિય' એમ પુકારો !

આ જીવન એક સુંદર તક છે ! શું તું જગતના આનંદને શોધે છે ? તે જ બધા

આનંદનો ફૂવારો છે. સર્વશ્રેષ્ઠને શોધો, સર્વશ્રેષ્ઠનું જ ધ્યેય રાખો અને તમે એ લક્ષ્ય સુધી 'અવશ્ય' પહોંચશો જ.

### માનવ પોતે જ પોતાનો ભાગ્યવિધાતા

નબળા મનના માણસો જ્યારે બધું ગુમાવે છે અને પોતે નબળાઈનો અનુભવ કરવા લાગે છે, ત્યારે પૈસા કમાવાના સર્વ પ્રકારના અવળા ધંધા અજમાવે છે અને જ્યોતિષશાસ્ત્રનો અને એવી બધી બાબતોનો આશરો લે છે. સંસ્કૃતમાં કહેવત છે : દૈવં પ્રધાનમિતિ કાપુરુષા વદંતિ. 'આ દૈવ કરે છે, એમ કહેનારા પુરુષો - નામર્દ અને મૂર્ખ છે.' પરંતુ શક્તિશાળી માણસ તો છાતી ઠોકીને કહે છે : 'મારું ભાગ્ય તો હું ઘડી કાઢીશ !'

એક જોષીની પ્રાચીન કથા છે. એક રાજા પાસે આવીને તેણે કહ્યુંઃ 'મહારાજ ! તમે છ મહિનામાં મૃત્યુ પામવાના છો.' એ સાંભળતાં જ બીકની મારી રાજાની બુદ્ધિ જ બહેર મારી ગઈ, અને ભયથી એ ત્યાં ને ત્યાં જ મરી જવાની અણી ઉપર આવ્યો. પણ, તેનો પ્રધાન કુશળ હતો. તેણે કહ્યું : 'મહારાજ ! આ જોષીઓ મૂર્ખ હોય છે.' પણ રાજા તેનું માને નહિ. પ્રધાને જોષીને ફરીવાર રાજમહેલે બોલાવ્યા. જોષીઓ બધા ખોટા હોય છે એમ રાજાને બતાવવા માટે તેને આ સિવાય બીજો ઉપાય જડયો નહિ. તેણે જોષીને પૂછ્યું : 'જોષીજી, તમારી ગણતરી બધી સાચી પડે છે ?' જોષીએ કહ્યું : 'એમાં મીનમેખ થાય નહિ !' પણ પ્રધાનને સંતોષવા માટે તેણે બધી ગણતરી ફરીવાર કરી જોઈ અને કહ્યુંઃ 'પ્રધાનજી ! ગણતરી બરાબર સાચી છે.' રાજાના મોં પરનો રંગ ઊડી ગયો. પ્રધાને જોષીને કહ્યું : 'વારુ, ત્યારે તમારું મોત ક્યારે છે ?' જોષીએ જવાબ આપ્યો : 'મારું મોત તો આજથી બરાબર બારમે વર્ષે છે.' પ્રધાને તુરત જ તલવાર કાઢીને જોષીનાં ધડ અને માથું જુદાં કરી નાખ્યાં; અને રાજાને કહ્યું : 'બોલો, મહારાજ ! આ જોષીના જૂઠા બોલની ખાતરી થઈને ? તમારી નજર સામે જ એ મરી ગયો ને ?'

### અભયનો સંદેશ

ઈશ્વર અને મનુષ્ય વચ્ચે, સંત અને પાપી વચ્ચે ભેદ શો છે ? કેવળ અજ્ઞાનનો. મહાનમાં મહાન પુરુષ અને તમારા પગ નીચે સળવળતાં ક્ષુદ્ર જંતુ વચ્ચે તફાવત શો છે ? જ્ઞાન અને અજ્ઞાનનો. એ જ બધો તફાવત પાડે છે. સળવળતાં જંતુની અંદર પણ પરમાત્માની અનંત શક્તિ, અનંત જ્ઞાન, અનંત પવિત્રતા અને અનંત દિવ્યતા સમાયેલાં છે, માત્ર તે અવ્યક્ત સ્થિતિમાં છે. તેમને અભિવ્યક્ત કરવાની જરૂર છે. આ આધ્યાત્મિકતા છે, આત્માનું વિજ્ઞાન છે.

સામર્થ્ય એ ભલાઈ છે, દુર્બળતા એ પાપ છે. ઉપનિષદોમાંથી બોમ્બની પેઠે નીકળી આવતો અને અજ્ઞાનના સમૂહ પર ધડાકાભેર પડતો જો કોઈ એક શબ્દ દેખાતો હોય તો તે છે, અભીઃ, નિર્ભયતા. શીખવવા જેવો જે એકમાત્ર ધર્મ છે તે નિર્ભયતાનો ધર્મ છે. ભય એ જ અધઃપતન અને પાપનું મુખ્ય કારણ છે. દુઃખને લાવનાર ભય છે. મૃત્યુને બોલાવનાર ભય છે. અનિષ્ટને ઉછેરનાર ભય છે. પરંતુ ભયને કોણ ઉત્પન્ન કરે છે ? સ્વસ્વરૂપનું આપણું અજ્ઞાન.

કોઈ રીતે આશા ગુમાવશો નહિ. કારણ કે તમે ગમે તે કરો. પણ તમે તેના તે જ છો, તમારી પ્રકૃતિ પલટવાનું તમારા હાથમાં નથી. પ્રકૃતિ પોતે જ પ્રકૃતિનો નાશ ન કરી શકે. તમારી પ્રકૃતિ શુદ્ધ છે. લાખો યુગોથી એ ભલે છુપાયેલી પડેલી હોય, પરંતુ અંતે એ વિજયી થશે અને પ્રગટ થશે. આમ અદ્વૈતવાદ સૌને આશા આપે છે, નિરાશા નહીં. એનો ઉપદેશ ભયનો નથી. તમારો પગ ચૂક્યો કે તમને ઝડપી લેવાની તપાસમાં હંમેશા રહેનારા દૈત્યો વિશે એ ઉપદેશ નથી આપતો. એ તો કહે છે કે તમારું નસીબ તમે તમારા હાથમાં લીધું છે. તમારાં પોતાનાં કર્મોએ જ તમારા માટે આ શરીર બનાવ્યું છે; એ બીજા કોઈએ નથી બનાવ્યું અને સારાનરસાની બધી જવાબદારી તમારા પર જ છે. મોટામાં મોટી આશા આ છે; મેં જે કાંઈ કર્યું છે. તે તમામ હું 'ન કર્યું' કરી શકું છું !

## ગુરુની આવશ્યકતા

એક આત્મા બીજા આત્મા પાસેથી પ્રેરણા મેળવી શકે, બીજી કોઈ વસ્તુ પાસેથી નહીં. આખુંય જીવન આપણે પુસ્તકો વાંચવામાં ભલે વિતાવીએ અને આપણે અત્યંત બુદ્ધિશાળી બનીએ, તો પણ અંતે આપણને ભાન થાય છે કે આપણો આધ્યાત્મિક વિકાસ બિલકુલ થયો જ નથી. એવો કોઈ નિયમ નથી કે બુદ્ધિમત્તાની પરાકાષ્ટાની સાથોસાથ માનવીનો તેને અનુરૂપ આધ્યાત્મિક વિકાસ પણ થાય. પુસ્તકોનો અભ્યાસ કરતાં આપણે ઘણીવાર ભ્રમમાં પડી જઈએ છીએ કે તેથી આપણને આધ્યાત્મિક સહાય મળે છે; પણ આપણે આપણું પૃથક્કરણ કરીએ તો જાણી શકીશું કે તેથી કેવળ બુદ્ધિનો જ વિકાસ થયો છે, આત્માનો નહિ. તેથી જ આપણામાંનો દરેક આધ્યાત્મિક વિષય ઉપર ઘણું બોલી શકે છે, પણ તેનો અમલ કરવાનો વખત આવે ત્યારે જ આપણને આપણી દુઃખદ અપૂર્ણતાનો ખ્યાલ આવે છે. કારણ, પુસ્તકો બહારથી આવી પ્રેરણા આપી શકતાં નથી. આત્માને જાગ્રત કરવા માટે તેવી પ્રેરણા અન્ય આત્મા પાસેથી આવવી જોઈએ.

જે આત્મા પાસેથી આવી પ્રેરણા મળે છે તેને 'ગુરુ' કહેવામાં આવે છે; અને જે આત્માને આવી પ્રેરણા મળે તેને 'શિષ્ય' કહેવામાં આવે છે.

## શિષ્યની પાત્રતા

સફળતા ઇચ્છતા અભ્યાસીને ત્રણ લાયકાત જરૂરી છે.

પહેલી : આ જગતમાં અને પરલોકમાં ભોગના સર્વ વિચારોને છોડી દો. માત્ર ઈશ્વર અને સત્યની કાળજી રાખો. આપણે અહીં સત્ય જાણવા માટે છીએ, ભોગ માણવા માટે નહિ. ભોગને પશુઓ માટે રાખી દો. તેઓ તેમાં જેટલો આનંદ પામે છે તેટલો આનંદ આપણને કદી નહિ આવે. માનવ બુદ્ધિશાળી પ્રાણી છે અને જ્યાં સુધી મૃત્યુ પર વિજય પ્રાપ્ત કરે નહિ, જ્ઞાન પ્રાપ્ત કરે નહિ ત્યાં સુધી તેણે પ્રયત્ન કર્યે જ રાખવો જોઈએ. સમાજ અને લોકમતની પૂજા, એ મૂર્તિપૂજા છે. આત્માને લિંગ નથી, દેશ નથી, સ્થળ નથી, કાળ નથી.

બીજી : સત્ય અને ઈશ્વરને જાણવા માટેની તીવ્ર ઇચ્છા. ડૂબતો માણસ જેમ શ્વાસને ઝંખે, તેટલી ઉત્કટતાથી ઈશ્વર અને સત્યને માટે આતુર બનો, તેટલી ઉત્કટતાથી તેને ઝંખો. કેવળ ઈશ્વરને જ ઇચ્છો, બીજું કંઈ સ્વીકારો નહિ. ધ્યાન રાખો કે 'આભાસ' હવે પછી તમને છેતરી ન જાય. તમામ બાબતો તરફથી દૃષ્ટિ પાછી વાળીને માત્ર ઈશ્વરને જ શોધો.

ત્રીજી : છ પ્રકારનો અભ્યાસ : (ષટ્સંપત્તિઃ)

૧. મનને બહાર જતું અટકાવવું - શમ.

૨. ઇંદ્રિયોને સંયમમાં રાખવી - દમ.

૩. મનને અંતર્મુખ બનાવવું - ઉપરતિ.

૪. બડબડાટ કર્યા વગર પ્રત્યેક વસ્તુ સહન કરવી - તિતિક્ષા.

૫. એક જ વિચારમાં મનને કેન્દ્રિત કરવું. તમારી સમક્ષ આવેલા વિષયને લઈને તેનું જ ચિંતન કરો, તેને કદી છોડો નહીં, સમયની ગણતરી કરો નહીં - આ છે શ્રદ્ધા.

૬. તમારા સ્વરૂપનો સતત વિચાર કરો. વહેમનો ત્યાગ કરો. તમારા પોતામાં લઘુતા છે એ માન્યતાથી તમારી જાતને મોહગ્રસ્ત બનાવો નહીં. ઈશ્વર સાથે તમારી એકતાની તમને સાચી અનુભૂતિ થાય નહિ ત્યાં સુધી રાતદિવસ તમારા સાચા સ્વરૂપની અનુભૂતિ વિષે તમારી જાતને કહ્યા કરો.

## આપણે સ્વર્ગ માટે લાયક છીએ ?

ભયંકર વાવાઝોડામાં સપડાયેલી કેટલીક ગરીબ માછીમાર સ્ત્રીઓએ એક શ્રીમંતના બગીચામાં આશ્રય લીધો. તેમણે પ્રેમથી તેમને આવકાર આપ્યો. તેમને ખાવાનું આપ્યું અને સમસ્ત વાતાવરણને ઉમદા સુગંધથી ભરી દેતાં સુંદર પુષ્પથી આચ્છાદિત ગ્રીષ્મ મંડપમાં તેમને આરામ લેવાની સગવડ કરી આપી. મધુર સુગંધથી ભરપૂર એવા આ સ્વર્ગમાં એ સ્ત્રીઓ સૂતી તો ખરી, પણ કેમે કરીને તેમને ઊંઘ આવે નહિ. તેમને પોતામાં જીવનમાં કશીક વસ્તુની ખોટ જણાવા લાગી, અને તેથી તેમને જરાય ચેન પડયું નહિ. આખરે ખૂબ વિચાર કરીને એમાંની એક સ્ત્રી ઊભી થઈ અને જ્યાં માછલી ભરેલા ટોપલા મૂકયા હતા ત્યાં જઈને એ ટોપલા ગ્રીષ્મમંડપમાં લઈ આવી, પછી પેલી પરિચિત ગંધથી સુખ પામીને તેઓ બધી ઘસઘસાટ ઊંઘી ગઈ.

## વિચારીએ તેવા થઈએ

વિચાર સૌથી ઉપયોગી છે : કારણ કે 'આપણે જેવા વિચારો કરીએ તેવા આપણે બનીએ.' 'એકવાર એક સંન્યાસી હતો. તે પવિત્ર હતો અને વૃક્ષ નીચે બેસી લોકોને ઉપદેશ આપતો. તે માત્ર દૂધ અને ફળ ઉપર રહેતો. લાંબા પ્રાણાયામ કરતો અને પોતાને બહુ જ પવિત્ર માનતો. એ જ ગામમાં એક વેશ્યા રહેતી હતી. પેલા સંન્યાસી રોજ જઈને તે સ્ત્રીને કહેતા કે, તારા પાપને લીધે તું નરકમાં જઈશ. બિચારી એ સ્ત્રીને ગુજારાનું બીજું કંઈ સાધન ન હોવાથી પોતાનું જીવન તે બદલી ન શકી. પરંતુ પેલા સંન્યાસીએ બતાવેલા નરકના ભયથી તે બહુ જ ગભરાઈ ગઈ. તે રોજ રુદન કરતી અને ભગવાનની પ્રાર્થના કરતી કે 'હે ભગવાન ! હું પરાધીન છું, મારા અપરાધ ક્ષમા કરો.' પેલો સંન્યાસી અને પેલી સ્ત્રી મરી ગયાં, ત્યારે પેલી વેશ્યાને લેવા ભગવાનના દૂતો આવ્યા અને સંન્યાસીને લેવા માટે જમના દૂત આવ્યા. સંન્યાસીએ નવાઈ પામીને પૂછયું : 'આમ કેમ ? મેં તો આખી જિંદગી પવિત્ર જીવન ગાળ્યું છે, અને સૌને પવિત્રતાનો ઉપદેશ આપ્યો છે, છતાં મને નરકમાં અને પેલી વેશ્યાને સ્વર્ગમાં શા માટે લઈ જવામાં આવે છે ?' યમદૂતોએ જવાબ આપ્યો : 'પેલી સ્ત્રીને પરાણે અપવિત્ર જીવન ગાળવું પડતું, પણ તેનું મન સર્વદા ઈશ્વરમાં રહેતું અને તે મુક્ત થવાની પ્રાર્થના કરતી. એટલે તેને હવે મુક્તિ મળે છે. તું જો કે રોજ પવિત્ર આચરણ કરતો છતાં તારું મન રોજ બીજાનાં પાપોને જોયા કરતું. તેં હંમેશા પાપના વિચાર કર્યા છે, તેથી તારે જ્યાં પાપ જ છે તે જગ્યાએ જવાનું છે.'

## કેરી જ ખા !

સમગ્ર જગત બાઈબલ, વેદ કે કુરાનનાં થોથાં વાંચે છે, પરંતુ તે બધું કેવળ શબ્દો, વાક્યરચના, વ્યુત્પત્તિ, ભાષાશાસ્ત્ર કે ધર્મનાં શુષ્ક હાડપિંજરો છે. જે ગુરુ, શબ્દોનો વધુ પડતો વ્યવહાર કરે છે અને શબ્દોના વેગમાં મનને તણાઈ જવા દે છે, તે ધર્મના હાર્દને ખોઈ બેસે છે. કેવળ શાસ્ત્રોના મર્મનું જ્ઞાન જ સાચા ધર્મગુરુ બનવાની યોગ્યતા બક્ષે છે. શાસ્ત્રની શબ્દજાળ એક મહાન અરણ્ય સમાન છે; મનુષ્યનું મન મોટા ભાગે તેમાં પોતાની જાતને અટવાવે છે અને બહાર નીકળવાનો કોઈ માર્ગ તેને જડતો નથી.

ભગવાન શ્રીરામકૃષ્ણ એક ઉદાહરણ કાયમ આપતા : કેટલાક માણસો એક આંબાવાડીમાં ગયા; ત્યાં તેઓ વૃક્ષના પાંદડાં તથા ડાળીઓ ગણવામાં, તેમનો રંગ તપાસવામાં, તેમની લંબાઈ જાણવામાં અને પ્રત્યેક વસ્તુની ખૂબ ચીવટપૂર્વક નોંધ કરવામાં મશગૂલ બની ગયા. તે પછી આ દરેક વિષય ઉપર પંડિતાઈભરી ચર્ચા ચાલી કે જે નિ:સંશય તેમને મન તો અત્યંત રસપ્રદ હતી. પરંતુ તેમાંનો એક કે જે બીજાઓ કરતાં વધુ સમજદાર હતો, તે આ બધી વસ્તુઓની પરવા ન કરતાં કેરીઓ જ ખાવા લાગ્યો. તે માણસ વધુ ડાહ્યો નહિ ? માટે આ પાંદડાંઓ અને ડાળીઓ ગણવાનું બીજા ઉપર છોડી દો. આ જાતના કાર્યને તેનું યોગ્ય સ્થાન છે ખરું; પરંતુ તે આધ્યાત્મિક ક્ષેત્રમાં નહિ. આ 'પાંદડાં ગણનારા'માં તમને કદીયે આધ્યાત્મિક મહાપુરુષ સાંપડશે નહિ.

## એકનિષ્ઠ બનો

પ્રત્યેક ધર્મનો હરએક સંપ્રદાય માનવજાત સમક્ષ પોતાનો એક જ આદર્શ રજૂ કરે છે. પરંતુ સનાતન વેદાંતધર્મ, ભગવાનના અંતરંગ મંદિરમાં જવાનાં દ્વારો માનવજાત માટે ખુલ્લાં કરે છે, તથા તેમની સમક્ષ આદર્શોમાં અનંત સત્યની એક એક અભિવ્યક્તિ હોય છે.

તથાપિ ઊગતો છોડ વધીને વૃક્ષ ન બને ત્યાં સુધી તેની આજુબાજુ વાડ કરીને સંરક્ષણ આપવું જોઈએ. આધ્યાત્મિકતાનો આ કોમળ રોપ શરૂઆતમાં જ વિચારો અને સનાતન આદર્શોના સતત પરિવર્તનના દબાણ નીચે આવે તો તે મરી જાય. ધાર્મિક ઉદારતાના નામે ઓળખાતા ભિન્ન ભિન્ન આદર્શોના સતત પરિવર્તન વડે ઘણા લોકો પોતાની કુતૂહલ વૃત્તિને પોષતા જોવામાં આવે છે. નવી નવી વાતો સાંભળવાનો તેમનામાં એક પ્રકારનો રોગ પેદા થાય છે, એક પ્રકારનો ધાર્મિક નશો

બની જાય છે. ક્ષણિક ઉત્તેજના માટે જ તેઓ નવી નવી વાતો સાંભળવા ઇચ્છે છે. ઉપરાંત જ્યારે આ પ્રકારની એક ઉત્તેજનાની અસર તેમના પરથી ચાલી ગઈ કે તુરત તેઓ બીજી ઉત્તેજના માટે તૈયાર રહે છે. આવા લોકોને માટે ધર્મ એ એક પ્રકારના બૌદ્ધિક નશા જેવો છે, અને ત્યાં જ તે પૂરો થાય છે. એકનિષ્ઠા એટલે કે આદર્શ પ્રત્યેની આવી ભક્તિ, ધર્મસાધનાનો આરંભ કરનારા પ્રત્યેક સાધકને માટે અનિવાર્યપણે આવશ્યક છે.

### શક્તિનું રૂપાંતર

'અપવિત્ર કલ્પના અપવિત્ર કર્મ જેટલી જ ખરાબ છે.' સંયમમાં રાખેલી ઇચ્છા સર્વોચ્ચ પરિણામે લઈ જાય છે. ઇંદ્રિયભોગની શક્તિને આધ્યાત્મિક શક્તિમાં ફેરવી નાખો, પણ તેને પાંગળી ન બનાવો. કારણ કે તેનો અર્થ તો શક્તિને વેડફી નાખવાનો છે. આ શક્તિ જેટલી વધારે તેટલું તેનાથી વિશેષ કામ થાય. પાણીનો જોરદાર પ્રવાહ જળશક્તિ દ્વારા કરવાના ખોદકામ માટેની પ્રચંડ કાર્યશક્તિ પ્રગટ કરી શકે.

### જ્ઞાનપ્રકાશ કઈ રીતે મળે ?

કેટલાક આત્માઓ એવા હોય છે કે તેઓ જન્મથી જ મુક્ત હોય છે; તેઓ જગતના કલ્યાણ માટે, જગતને મદદ કરવા પૃથ્વી પર જન્મ લે છે. તેઓ નિત્યમુક્ત હોય છે. તેઓ પોતાની મુક્તિની પરવા કરતા નથી; બીજાઓનો ઉદ્ધાર કરવા ઇચ્છે છે.

આ નિત્યમુક્ત આત્માઓ પર માનવજાતના આધ્યાત્મિક વિકાસનો આધાર છે. તેઓ બીજા દીપક પ્રગટાવવા માટેના અખંડ બળતા નંદાદીપ જેવા છે. એ સાચું કે પ્રકાશ પ્રત્યેકમાં છે, પરંતુ ઘણાખરા મનુષ્યોમાં તે ઢંકાયેલો રહે છે. મહાન આત્માઓ પ્રારંભથી જ પ્રકાશ આપતા દીવાઓ છે. જે લોકો તેમના સંપર્કમાં આવે છે તેમને આ આત્માઓના સંપર્કથી જાણે કે પોતાનામાં આત્મદીપ પ્રગટયા હોય એવું લાગે છે. આમ બનવામાં પ્રથમ દીપક કંઈ જ ગુમાવતો નથી, છતાં તે પોતાનો પ્રકાશ બીજાઓને આપે છે. પોતામાંથી ભલે લાખો દીવાઓ પ્રગટે, પણ પહેલો દીવો તો (પોતાનું તેજ ખોયા કે ઘટાડયા વિના) પ્રકાશ આપ્યા જ કરે છે. પહેલો દીવો એ ગુરુ છે અને બીજો દીવો એ શિષ્ય છે.

### આત્મસંયમનું રહસ્ય

બહાર જતી શક્તિઓ જો સ્વાર્થી હેતુથી વપરાતી હોય તો નિરર્થક જાય છે. એના પરિણામે કોઈ શક્તિ તમે પ્રાપ્ત કરી નહિ શકો. પણ જો તેના પર અંકુશ હોય, તો તેનું

પરિણામ શક્તિના વિકાસમાં આવશે. આ અંકુશ, આ સંયમ એક પ્રબળ ઈચ્છાશક્તિ પેદા કરશે, અને ઈશુ ખ્રિસ્ત કે બુદ્ધ જેવા પાત્રને જન્મ આપશે. મૂર્ખ માણસો આ રહસ્ય જાણતા નથી. અને તે છતાં માનવજાત પર શાસન કરવાની એમનામાં ઈચ્છા હોય છે.

ગહન શાંતિમાં અને એકાંતમાં જે સતત પ્રવૃત્તિ જુએ, અને સતત પ્રવૃત્તિમાં જે રણના જેવી શાંતિ અને એકાંત અનુભવે, તે જ આદર્શ માનવી ગણાય. આવો માનવી સંયમનું રહસ્ય સમજ્યો છે. અને પોતાની જાતને અંકુશમાં લાવ્યો છે એમ કહેવાય.

## મન : વિશ્વનું પુસ્તકાલય

બાહ્ય જગત એ માત્ર સૂચન છે, માત્ર પ્રસંગ છે, જે તમને તમારા મનનો અભ્યાસ કરવા પ્રેરે છે, પણ તમારા અભ્યાસનો વિષય હંમેશા તમારું મન જ હોય છે.

જ્ઞાન માનવીમાં વારસાગત છે. કોઈ જ્ઞાન બહારથી આવતું નથી. એ બધું આંતરિક છે. આપણે જ્યારે અમે કહીએ કે માણસ 'જાણે છે' ત્યારે ખરી રીતે શુદ્ધ માનસશાસ્ત્રીય ભાષામાં એનો અર્થ, માણસ 'ઉઘાડે છે', એવો થાય. માણસ જે 'શીખે' છે તે ખરી રીતે એને 'જડ્યું' છે - જ્ઞાનની અનંત ખાણ જેવા પોતાના આત્મા પરના આવરણને દૂર કરીને જે 'જડે' છે તે છે. આપણે કહીએ છીએ કે ન્યુટને ગુરુત્વાકર્ષણનો નિયમ શોધ્યો. પણ તે જગતના કોઈ ખૂણામાં શું એની રાહ જોતો બેઠો હતો ? એ નિયમ ન્યુટનના મનમાં જ હતો. સમય પાક્યો ત્યારે એ ન્યુટનને જડ્યો. જગતને સદાસર્વદા મળ્યા કરતું સમગ્ર જ્ઞાન મનમાંથી જ આવે છે, તમારા મનમાં જ સમગ્ર વિશ્વનું અનંત પુસ્તકાલય છે.

## ઈશ્વરકૃપા અને પુરુષાર્થ

શિષ્ય : સ્વામીજી ! કૃપાનો કોઈ નિયમ છે ખરો ?

સ્વામીજી : હા અને ના.

શિષ્ય : કેવી રીતે ?

સ્વામીજી : જેઓ હંમેશા શરીર, મન અને વાણીથી પવિત્ર રહે છે, જેમનામાં દૃઢ ભક્તિ છે, જેઓ સત્ અને અસત્‌નો વિવેક જાણે છે તથા જેઓ ધ્યાન અને નિદિધ્યાનસનમાં સતત પ્રવૃત્તિશીલ રહે છે, તેઓ પર જ કૃપા વરસે છે. શ્રીરામકૃષ્ણ કેટલીક વાર કહેતા : 'ઈશ્વર ઉપર આધાર રાખજો. પવનની દયા પર રહેતાં સૂકાં પાંદડાંની જેમ રહો.' વળી કહેતા : 'તેની કૃપાનો પવન તો સતત ફૂંકાઈ જ રહ્યો છે; જરૂર છે માત્ર તમારા સઢને ચડાવવાની.'

શિષ્ય : પરંતુ જે માણસ મન, વાણી અને કર્મથી સંયમી હોય, તેને કૃપાની જરૂર શી ? કારણ કે એ તો આધ્યાત્મિકતાને રસ્તે પોતાના પુરુષાર્થથી જ આગળ વધી શકે !

સ્વામીજી : જેમને ઈશ્વર આત્મસાક્ષાત્કાર માટે સર્વાન્તઃકરણથી પ્રયત્ન કરતા જુએ છે તેમના ઉપર તેઓ કૃપા કરે છે. પરંતુ તમે કશોય પ્રયત્ન કર્યા વગર આળસુ થઈને પડયા રહો, તો તમે જોશો કે ઈશ્વરની કૃપા કદીયે ઊતરવાની નથી.

શિષ્ય : શ્રી ગિરીશચંદ્ર ઘોષે મને કહેલું કે ઈશ્વરની કૃપામાં કશી પણ શરત ન હોઈ શકે; એને માટે નિયમ કશોય હોઈ શકે નહિ. જો નિયમ હોય તો પછી એ કૃપા કહેવાય નહિ. કૃપા અથવા કરુણાનું સામ્રાજ્ય સર્વ નિયમોથી પર હોવું જોઈએ.

સ્વામીજી : પરંતુ ગિરીશચંદ્ર કહે છે કે તે ભૂમિકામાં પણ કોઈક વધુ ઉચ્ચ નિયમ હોવો જોઈએ જે આપણે ન જાણતા હોઈએ. અવશ્ય, એ શબ્દો વિકાસની એવી અંતિમ કક્ષા સૂચવે છે કે જે એકલી દેશ, કાળ અને નિમિત્તથી પર છે. પરંતુ આપણે જ્યારે એ સ્થિતિએ પહોંચીએ ત્યારે, ત્યાં કાર્યકારણનો નિયમ નથી. કૃપા કરે કોણ અને કોના ઉપર કરે ? એ સ્થિતિએ ઉપાસક અને ઉપાસ્ય, ધ્યાતા અને ધ્યેય, જ્ઞાતા અને જ્ઞેય, બધાં એક થઈ જાય છે; તેને તમે કરુણા કહો કે તમને ગમે તો બ્રહ્મ કહો; તે સ્થિતિમાં જે કાંઈ છે તે એક અખંડ સુસંવાદી તત્ત્વ જ છે !

## ધ્યેય અને વિવિધ સાધનપથ

પ્રત્યેક આત્મા અવ્યક્તરૂપે પરમાત્મા છે.

ધ્યેય છે બાહ્ય તેમજ આંતર પ્રકૃતિ પર કાબૂ મેળવીને અંદર રહેલા આ પરમાત્મભાવને પ્રગટ કરવો.

એ તમે કર્મ દ્વારા, કે ઉપાસના દ્વારા, કે યોગ દ્વારા, કે તત્ત્વજ્ઞાન દ્વારા કરો. એક દ્વારા કે એકથી વધારે દ્વારા કે બધાં સાધન દ્વારા કરો અને મુક્ત થાઓ. ધર્મનું સમગ્ર તત્ત્વ આ છે. સિદ્ધાંતો, કે સાંપ્રદાયિક મતમતાંતર કે કર્મકાંડ, કે શાસ્ત્રગ્રંથો, કે મંદિરો, કે મૂર્તિઓ એ બધાં ગૌણ વિગત માત્ર છે.

‘હે અમૃતતત્ત્વના પુત્રો ! હે દિવ્યધામના વાસીઓ, સાંભળો ! મને માર્ગ મળી ગયો છે; આ સર્વ અંધકારમાંથી નીકળવાનો માર્ગ મને સાંપડ્યો છે, અને તે છે અંધકારથી પર એવા પ્રકાશમાન જ્યોતિર્મય આત્મતત્ત્વને અનુભવવાનો, તે સિવાય બીજો કોઈ માર્ગ નથી.’

## માયા અને મુક્તિ

ધ્યાન રાખજો, આ વખતે આપણે માયાની જાળમાં ન ફસાઈ જઈએ. અનેક વખત આપણને માયાએ ફસાવ્યા છે. અનેક વાર આપણે આપણી સ્વતંત્રતાના બદલામાં સાકરની પૂતળીઓ પસંદ કરી, જે પાણીનો સ્પર્શ થતાંવેંત ઓગળી જાય છે.

જો જો, હવે છેતરાશો નહિ. માયા મહાન ઠગારી છે. બહાર નીકળી જાઓ. આ વખતે તેની જાળમાં ફસાશો નહિ. આવી ભ્રમજાળના સાટામાં તમારો અમૂલ્ય વારસો વેચી ન મારશો. ઊઠો, જાગો, અને ધ્યેય સિદ્ધ ન થાય ત્યાં સુધી મંડ્યા રહો.

તમારી પાસે આવતું ધન પ્રભુની માલિકીનું છે. તથા તમે માત્ર ખજાનચી છો એમ સમજી ગ્રહણ કરો. એનો મોહ રાખો મા. નામ, યશ, સંપત્તિ ભલે જતાં. તે બધાં ભયંકર બંધનો છે. સ્વતંત્રતાના અદ્‌ભુત વાતાવરણનો આનંદ માણો. તમે સ્વતંત્ર છો, મુક્ત છો, ખરેખર મુક્ત છો ! ઓહ, હું કેટલો ધન્યભાગી છું, મુક્ત છું, હું જ અનંત છું, હું જોઉં છું કે મારા આત્માને આદિ કે અંત નથી. આ સર્વ કંઈ મારો આત્મા છે એમ અવિરત કહેતા રહો, બોલ્યા કરો.

## ઊંઘો નહીં, જાગો !

મારો આદર્શ ખરેખર થોડા શબ્દોમાં આમ મૂકી શકાય : માનવજાતને તેનામાં રહેલી દિવ્યતાનો અને જીવનની દરેક પ્રવૃત્તિમાં તેને કેવી રીતે વ્યક્ત કરવી, તેનો ઉપદેશ આપવો.

જે એક વિચાર હું સૂર્યપ્રકાશ જેટલો સ્પષ્ટ જોઉં છું તે એ છે કે દુઃખ 'અજ્ઞાન'માંથી આવે છે, બીજા કશાથી જ નહિ. દુનિયાને પ્રકાશ કોણ આપશે ? ભૂતકાળમાં ત્યાગ તે 'કાયદો' હતો; અને અફસોસ છે કે યુગો સુધી તે રહેવાનો જ. 'બહુજનહિતાય બહુજનસુખાય' દુનિયાના વીર અને શ્રેષ્ઠ લોકોએ પોતાનું બલિદાન આપવું પડશે. અનંત પ્રેમ અને અપાર દયાવાળા, કરુણાવાળા સેંકડો બુદ્ધોની જરૂર છે.

જગતના ધર્મો નિર્જીવ અને હાંસીપાત્ર બની ગયા છે. દુનિયા ચારિત્ર્ય માગે છે. જેમનું જીવન એક નિઃસ્વાર્થ જ્વલંત પ્રેમરૂપ છે, તેવા પુરુષોની દુનિયાને જરૂર છે. એવા પ્રેમથી ભરેલો પ્રત્યેક શબ્દ વજ્ર જેવી અસર કરશે.

મર્દાનગીભર્યાં વચનો અને એથીયે વધુ મર્દાનગીભર્યાં કાર્યોની જ આપણને જરૂર છે. જાગો, ઓ મહાનુભાવો ! જાગો, દુનિયા દુઃખમાં બળી રહી છે; ત્યારે તમારાથી સૂઈ રહેવાય કે ?

## ચારિત્ર્ય

★ જિંદગીમાં એક મહાન આદર્શને સ્વીકારવો અને પછી આખું જીવન એને માટે સમર્પણ કરવું એ એક મહાન વસ્તુ છે. નહિતર, હેતુ વિનાના ક્ષુદ્ર માનવજીવનની કીમત શી છે ? એક મહાન આદર્શની ખાતર જીવન સમર્પણ કરવું, એ જ તેનું ખરું મૂલ્ય છે.

★ તમે પવિત્ર આત્મા છો; ઊઠો, જાગ્રત થાઓ; ઓ મહાનુભાવો આ નિદ્રા તમને છાજતી નથી. જાગો અને ઊભા થાઓ; તમને આ પડી રહેવું શોભતું નથી; તમે તમારી જાતને નિર્બળ માનો છો એ યોગ્ય નથી.

★ દુનિયા ચારિત્ર્ય માગે છે. જેમનું જીવન એક નિઃસ્વાર્થ જ્વલંત પ્રેમરૂપ છે, તેવા પુરુષોની દુનિયાને જરૂર છે. એવા પ્રેમનો પ્રત્યેક શબ્દ વજ્ર જેવી અસર કરશે.

★ પવિત્રતા, ધૈર્ય અને ખંત બધાં વિઘ્નોને જીતી લે છે. બધાં મહાન કાર્યોની પ્રગતિ જરૂર ધીમી હોવાની. પૈસાથી કંઈ વળતું નથી, નામથી પણ નહિ, યશથી પણ નહિ, વિદ્યાથી પણ નહિ, માત્ર પ્રેમથી લાભ થાય છે; માત્ર ચારિત્ર્ય જ મુશ્કેલીઓની વજ્ર જેવી દીવાલો તોડીને તેમાંથી માર્ગ કાઢે છે.

★ ખડકની જેમ અડગ ઊભા રહો. સત્યનો હંમેશાં જય થાય છે.. સૌથી અગત્યનું એ કે આદર્શ પ્રત્યે નિષ્ઠા રાખો. રગેરગમાં પવિત્ર, મક્કમ અને અંતરથી સાચા બનો, તો બધું બરાબર થઈ રહેશે.. આગળ ધપો ! ચારિત્ર્યનું ઘડતર યુગોના પુરુષાર્થ પછી થાય છે. હતાશ થશો નહિ. સત્યનો એક શબ્દ પણ કદી વ્યર્થ જતો નથી; સત્ય કદાચ યુગો સુધી કચરા નીચે દટાયેલું રહે, પરંતુ વહેલું કે મોડું એ અવશ્ય પ્રકાશમાં આવશે. સત્ય નાશરહિત છે, પવિત્રતા નાશરહિત છે.. પવિત્ર બનો, ઈશ્વરમાં શ્રદ્ધા રાખો, હંમેશાં ઈશ્વર ઉપર જ આધાર રાખો; આમ કરશો તો સાચા પંથે ચાલી શકશો; તો પછી તમારી સામે કોઈનું કશું ચાલશે નહિ.

★ તમારામાં પર્વતપ્રાય મુશ્કેલીઓને પાર કરવાની ઇચ્છાશક્તિ છે? દુનિયા આખી તમારી સામે હાથમાં તલવાર લઈને જો ખડી થઈ જાય, તો પણ તમે જે સાચું માનો છો તે કરવાની તમારામાં હિંમત છે ? તમારાં સ્ત્રીપુત્રાદિ તમારી વિરુદ્ધમાં

હોય, તમારો પૈસો બધો ખલાસ થઈ જાય, તમારી કીર્તિને માથે પાણી ફરી વળે, તમારી સંપત્તિ સાફ થઈ જાય, તે છતાં તમારી માન્યતાને વળગી રહો ખરા ? તે છતાં તમે તેની પાછળ પડીને તમારા ધ્યેય પ્રતિ મક્કમતાથી આગળ વધ્યે જાઓ ખરા ?.. તમારામાં એવી મક્કમતા છે ?

★ ઊઠો, જાગો. અરે, આ ક્ષુદ્ર જિંદગી કુરબાન કરવી પડે તો પણ શું થઈ ગયું ? ભલે પુણ્યવાન હોય કે પાપી, ભલે શ્રીમંત હોય કે ગરીબ, સૌને મરવાનું તો છે જ. શરીર કોઈનુંય કાયમ ટકતું નથી. માટે ઊઠો, જાગો અને પૂરા પ્રામાણિક બનો.. આપણને જરૂર છે ચારિત્ર્યની, દઢતાની, સચ્ચાઈની, કે જેથી માણસ એક વસ્તુને મડાગાંઠની પેઠે મજબૂતાઈથી વળગી રહે.

**સફળતા**

★ દરેક માનવીની સફળતા પાછળ ક્યાંક પણ જબરદસ્ત સચ્ચાઈ, જબરદસ્ત પ્રમાણિકતા રહેલી હોવી જ જોઈએ; જીવનમાં તેની અસાધારણ સફળતાનું કારણ એ જ છે.

★ દઢતાપૂર્વક આગળ વધો. અત્યાર સુધીમાં આપણે અદ્‌ભુત કાર્યો કર્યાં છે. બહાદુરો ! આગળ ધપો આપણે સિદ્ધિ પ્રાપ્ત કરીશું જ!

★ ડરો નહિ. તમે કેટલી વખત નિષ્ફળ ગયા છો તેનો વિચાર ન કરો, હરકત નહિ, કાળ અનંત છે. આગળ વધો.

★ વીરતાપૂર્વક આગળ વધો. એક દિવસ કે એક વર્ષમાં સફળતાની આશા રાખશો નહિ. હંમેશાં સર્વોચ્ચ વસ્તુને વળગી રહો.

★ એક જ વિચારને પકડો. એ એક જ વિચારને તમારું જીવન સર્વસ્વ બનાવો.. તેનાં જ સ્વપ્ન સેવો, તે વિચાર પર જ જીવો. તમારું મગજ સ્નાયુઓ, માંસપેશીઓ, જ્ઞાનતંતુઓ, તમારા શરીરનો એક એક અવયવ એ વિચારથી ભરપૂર કરી દો, એ સિવાયના બીજા દરેકેદરેક વિચારને બાજુએ મૂકો. સફળ થવાનો આ જ માર્ગ છે.

★ છેલ્લાં દસ વર્ષ દરમિયાન પુરુષાર્થ, પુરુષાર્થ એ જ મારો મુદ્રાલેખ હતો. હજુ પણ હું કહું છું કે પુરુષાર્થ કરો ! જ્યારે સર્વત્ર અંધકાર હતો ત્યારે હું કહેતો પુરુષાર્થ કરો;

આજે જ્યારે પ્રકાશ આવતો લાગે છે ત્યારે પણ હું કહું છું કે પુરુષાર્થ કરો ! મારા શિષ્યો ! ડરો નહિ. પેલા અનંત તારા મંડિત આકાશનાં ઘુમ્મટ તરફ એ જાણે કે કચડી નાખશે એવી ભયભીત દૃષ્ટિથી જુઓ મા, જરા થોભો; થોડા જ વખતમાં એ આખું તમારા પગ તળે આવી જશે.

★ અનંત ધૈર્ય, અનંત પવિત્રતા અને અનંત ખંત, એ જ કોઈ પણ શુભ કાર્યમાં સફળતા પ્રાપ્ત કરવાનું રહસ્ય છે.

# ગુજરાતી બુક્સ

આધુનિક સંતોની આધ્યાત્મિક યાત્રા

હિમ્મત છે!
કિરણ બેદી

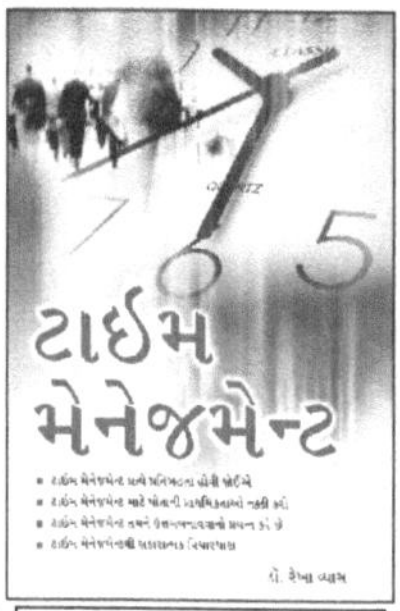
ટાઈમ મેનેજમેન્ટ

પહેલા લક્ષ્ય નક્કી કરો

મેનેજમેન્ટ ગુરુ
ભગવાન શ્રીકૃષ્ણ

પ્રસિદ્ધ ભારતીય મહિલાઓ

સીધી સાદી વાતો

ધનવાન બનવાની SUCCESS KEY
મોટું વિચારો ! મોટા બનો !
તમારા સપનાને સાકાર કરો !

DISCOVER THE POWER WITHIN
ચિંગારી
જે જિંદગી બદલી નાખે

તમારી અંદર છુપાયેલી
સફળતા મેળવવાની 8 શક્તિઓ
શિશિર શ્રીવાસ્તવ

સફળ વીમા એજન્ટ કેવી રીતે બનશો !
અશોક ગોયલ

ડાયનેમિક મેમરી
પરીક્ષામાં 100% સફળતા કેવી રીતે પ્રાપ્ત કરશો ?

શિક્ષણ
ઓશો ની દ્રષ્ટિએ

તમે પણ બની શકો છો જીનિઅસ

હાર પછી જ જીત છે
જોગિન્દર સિંહ

જીતી શકો તો જીતી લો